ઈશાવાસ્યમ્ પ્રવાસે

(યાત્રા વર્ણન)

સ્મિતા શાહ

સામગ્રી

પ્રસ્તાવના

યાત્રાના સ્મરણો લખવા એટલે યાત્રા કરતાં પણ અધિક આનંદની અનુભૂતિ માણવી. છેલ્લી યાત્રા, માર્ચ 2024માં મારા દીકરી-જમાઈ હની-દેવાંગભાઈ સાથે થઈ. સમેતશિખરજીની યાત્રા ક્યારેય પણ કરી શકીશ એ કલ્પના પણ મનમાં આવી નહોતી. અમે કુલ મળીને નવ વ્યક્તિઓ હતા. દેવાંગભાઈના મિત્રોને હું પહેલીવાર મળી પણ બધાને ખબર કે, મને લખવાનો શોખ છે એટલે એમનો આગ્રહ હતો કે મારે સમેતશિખરજીની યાત્રાના સ્મરણો લખવા અને બધા સાથે શેર કરવા. અમદાવાદ આવીને ધીમે ધીમે લખવાની શરૂઆત કરી. આમ પણ બહારગામ જાઉં એટલે દિવસ પૂરો થાય ત્યારે એ જ દિવસે જે કર્યું હોય એની થોડી વિગતો લખી લેવાની ટેવ ખરી. પછી ઘેર આવીને લંબાણથી લખું. ઘણું લખેલું પડ્યું છે.

સમેતશિખરજી વિશે લખવા માંડ્યું એટલે સ્મરણોની બાહ્યયાત્રા સાથે આંતરયાત્રા શરૂ થઈ. આત્માનું પરમાત્મા સાથે અનુસંધાન થયું અને અંદરથી અવાજ આવ્યો કે, એક નાનકડું પુસ્તક તૈયાર કરવું. આમ પણ લખેલું તો હતું એમાંથી બીજી ચાર યાત્રા પસંદ કરી અને મઠારીને તૈયાર કરી. મારા સ્વજનો અનિલાબેન દલાલ અને રૂપાબેન શેઠનું માર્ગદર્શન મળ્યું. સપનભાઈ શાહે પુસ્તકને શીર્ષક આપ્યું. સંજયભાઈ શિયાદે ઘણી ચીવટ રાખીને આ સુંદર પુસ્તક તૈયાર કરી આપ્યું તે બદલ આભાર માનું છું. આ નાનકડું પુસ્તક મારા માટે નિજાનંદનો ગુચ્છ બની રહ્યું ! મારો નિજાનંદ આપના માટે આનંદ બની રહે તેવી પ્રાર્થના સાથે....

સ્મિતા પિનાકીન શાહ
તારીખ : 12-7-2024
Mo. 9898380053

1

સમેતશિખરની યાત્રા

આજે હું ખૂબ ખુશ હતી. ઢળતી ઉંમરે દાદાનો આદેશ થયો અને સમેતશિખરજીની યાત્રાએ જવાનું નક્કી થયું. હની-દેવાંગભાઈ નિમિત્ત બન્યા. આમ પણ નાનપણથી જ તીર્થયાત્રાનું મહત્ત્વ અનુભવવા મળ્યું છે. નાનપણમાં કુટુંબ સાથે તીર્થયાત્રા કરતી ત્યારે મનમાં અપાર શાંતિ મળતી. "તારે રે તીર્થ" એ વાક્યને મનમાં સમાવી લીધું છે. જો કે મેં તીર્થયાત્રાઓ ઓછી કરી છે પણ જેટલી કરી છે એ મનમાં તાદાત્મ્ય અનુભવીને કરી છે. પાલીતાણા, ગીરનાર, આબુ-દેલવાડા, રાણકપુર, જેસલમેર, કુલપાકજી ગઈ છું પરંતુ સમેતશિખરજી કોઈ કારણસર જવાનું થયું જ નહીં. શરીર મર્યાદાઓ ઘણી પણ દીકરી-જમાઈ સાથે હોય પછી શું ગભરાવું ? એમ વિચારીને 2-3-2024 અને શનિવારે બપોરે બાર વાગ્યે અમે પ્રસ્થાન કર્યું. અમે નવ જણ હતાં. દેવાંગભાઈના બે મિત્ર દંપતિ નૈનિત-ધારીણી અને ભોપિન-સોનાલી. ભોપિનભાઈ સાથે તેમની દીકરી વૈદેહી હતી અને અમારી સાથે ઋજુ (હનીની દીકરી) હતી. ઋજુ દિલ્હી જોબ કરે છે. એ સીધી દિલ્હીથી રાંચી આવવાની હતી. અમારી ફ્લાઇટ સમયસર બપોરે 4:30 વાગ્યે રાંચી પહોંચી ગઈ હતી. ઋજુ પણ થોડીવારમાં આવી ગઈ હતી. રાંચી એરપોર્ટ નાનકડું હતું પણ નવું હતું. બહાર નીકળવા માટેના પેસેજમાં ભીંત ઉપર ત્યાંના આદિવાસી સ્વતંત્રતા સેનાની બિરસા મુંડા જેને આદિવાસીઓ ભગવાન ગણે છે; તેમના અને ગાંધીજીના મોટા મોટા ચિત્રો દોરેલા હતા. મારું મન તો ખુશ થઈ ગયું. મારું જીવન ભલે જાહેરકાર્યોમાં પસાર થયું નથી. જેમનું થયું છે તેમને કોટી કોટી વંદન ! એરપોર્ટની બહાર નીકળ્યાં ત્યાં ટેમ્પો ટ્રાવેલર અમારી રાહ જોઈને ઊભી હતી. ટેમ્પો ટ્રાવેલરમાં વીસ બેઠકો હતી. અમે નવ જણા આરામથી તેમાં સમાઈ ગયા. અમને સમેતશિખર પહોંચતા લગભગ પાંચથી

છ કલાક થયેલા. સમેતશિખર "પારસનાથ પહાડ" તરીકે પણ ઓળખાય છે. તેની તળેટી મધુવન ગામમાં છે. ઝારખંડના રસ્તાઓ પ્રમાણમાં સાંકડા અને બસોનો અધધ ટ્રાફિક હતો. રસ્તા પર દેખાતી શાકભાજી તથા ફળોની દુકાનો, મધ્યમ વર્ગને પોસાય એવી કરિયાણાની અને પરચુરણ વસ્તુ વેચવાવાળાની હાટડીઓ, સામાન્ય ઘાટના જર્જરીત ઘરો અને ઝૂંપડા, એક પહાડી ગામનો પરિચય કરાવતા હતાં. નાની નાની ઘણી મસ્જિદો પણ જોવામાં આવી હતી. જે હિંદુ મુસલમાનની એકતાની સાક્ષી પૂરતા હતા.

આ તીર્થની આસપાસના જંગલોમાં ભીલ તરીકે ઓળખાતી પ્રજા વસે છે. 85% ટકા લોકો ગરીબીની રેખા નીચે જીવતા હોવાથી વરસો પહેલાં અહીં આવતા યાત્રાળુઓને લૂંટફાટનો ભય ખૂબ રહેતો હતો પણ આ તીર્થની સલામતી વધારવા મુનિ પ્રેમસાગર આ ગરીબ લોકોના પુન:વસન વેલફેર મિશન નામે સંસ્થા ચલાવે છે. અને તેમનું જીવન સ્તર સુધારવા સતત કાર્ય કરે છે. અત્યારે તો સેવાના કામમાં ઘણી સંસ્થાઓ કાર્યરત છે. હવે અહીં લૂંટફાટનો ભય રહ્યો નથી.

અમારી બસ ભર ટ્રાફિકમાં એક સર્પની જેમ સમય અને રસ્તો કાપતી અને વારંવાર એનાં મોઢામાંથી નીકળતા જીભના લપકારાની હોર્ન વગાડતી આગળ એક સરખી વહી રહી હતી. આમને આમ બે કલાક વીતી ગયા હતા. બધાને ભૂખ પણ લાગી હતી પણ રસ્તો એટલો સાંકડો અને વાહનોની અવરજવરથી વ્યસ્ત હતો કે, ડ્રાઇવર બસ ઊભી કયાં રાખે? પછી થોડું હાઇ-વે જેવું આવ્યું ત્યાં બે-ત્રણ રેસ્ટોરન્ટ પાસે ઊભા રહ્યા હતા પણ બધે જ વેજ અને નોનવેજ ભેગું જ મળતું હતું એટલે ત્યાં ઊભા ના રહેતા થોડા આગળ વધ્યા ત્યાં ફક્ત ચા કોફી જ મળે એવું હાટડી જેવું આવ્યું હતું. નાસ્તો તો સાથે ઘણો હતો એટલે ત્યાં ઉતર્યા, ચા કોફી મંગાવ્યા અને ઘરનો નાસ્તો કયો. પેટમાં થોડી ટાઢક થઈ. પછી તો પહોંચ્યા સીધા સિદ્ધાયતન ધર્મશાળામાં ! મોડું થઈ ગયેલું હતું અને થાક પણ હતો પણ ધર્મશાળા જોઈને બધો થાક ઉતરી ગયો. ધર્મશાળા ખરેખર સ્વચ્છ અને રમણીય હતી. પ્રવેશદ્વાર પાસે જ એટલા મોટા અને સુંદર ફૂલો અમારું સ્વાગત કરતા હતાં કે મન ખુશ થઈ ગયું. સામાન લઈને રૂમમાં પહોંચતા વાર ના લાગી.

દિવસ : 2

સવારે ઊઠીને રૂમની બહાર આવી અને ખુશનુમાં સવારના વાતાવરણે મને ખુશ

કરી દીધી. વિશાળ ચોકની આજુબાજુ રૂમો હતાં અને વચ્ચે ચોકમાં લીલીછમ લોન અને રંગબેરંગી ફૂલોથી વાતાવરણ મહેકી ઊઠેલું. યાત્રાળુઓની અવરજવર ખાસ્સી હતી. બધા જ યાત્રા કરવાના હેતુથી જ આવ્યા હોય એટલે એમના મનમાંથી નીકળતા પવિત્ર ભાવોના સ્પંદનો અને સકારાત્મક તરંગો જાણે આનંદની સૂરાવલી ફેલાવતા હતાં. હું શાંતિથી ત્યાં ઊભી રહી અને અંતરમનની યાત્રામાં લીન બની ગઈ. અમારી સાથે આવેલા મિત્રો તો સવારે વહેલા ઊઠીને ચાલી આવ્યા પણ હતા. નવકારશીનો સમય પણ થઈ ગયો હતો. ભૂલી... હવે તો નવકારશી નહીં પણ બ્રેકફાસ્ટ લેવા ગયા. પેઢીઓ બદલાય એમ શબ્દ પ્રયોગો પણ બદલાય. અમારી યુવાન દીકરીઓને ભાવે એવો બ્રેકફાસ્ટ હોવાથી એ લોકો પણ ખુશ અને અમે પણ ખુશ !

દસ વાગ્યે બધા જ તૈયાર થઈને બસ આગળ આવી ગયા હતા. આજે ઋજુવાલિકા તીર્થ જવાનું હતું જ્યાં પ્રભુ મહાવીરને કેવળજ્ઞાન થયુ હતું. તીર્થની થોડી વાત કરું તો આ પ્રભુ મહાવીરના કેવળજ્ઞાનની ભૂમિ છે. આગમોમાં તેનું વર્ણન આ પ્રમાણે છે : પ્રાચીનકાળમાં જુબક નામે ગામ હતું. ત્યાં શાલ્વ વૃક્ષ નીચે પ્રભુને કેવળજ્ઞાનની પ્રાપ્તિ થઈ હતી. પ્રભુ મહાવીરે અનેક મહાન તપસ્યા કર્યા બાદ અલગ અલગ ઉદ્યાનો, વન સ્થળો વગેરે, નિર્જન સ્થળો વગેરે ઘણી જગ્યાએ ધ્યાનમાં રહીને, અનેક ઉપસર્ગો સહન કરીને ખૂબ જ સમતાભાવે, આ નદીના કિનારે અહિંસા, તપ અને સંયમની મહાસાધના કરીને ચાર ઘાતી કર્મોનો ક્ષય કર્યો અને જ્યારે સમય નજીક આવી રહ્યો હતો ત્યારે પ્રભુએ ગોદોહિકા આસનમાં બિરાજમાન થઈને શુક્લ ધ્યાનમાં પ્રવેશ કર્યો અને ઉત્તરોત્તર ધ્યાનમાં જ્ઞાનાવરણીય, મોહનીય, દર્શનીય અને અંતરાય એમ ચાર ઘાતી કર્મોનો ક્ષય કર્યો અને કેવળજ્ઞાન પામી સર્વજ્ઞ બન્યા.

અત્યારે આ સ્થળ ઉપર ચાર સુંદર જિનાલયો આવેલા છે. સૌપ્રથમ અમે હાલમાં જ નિર્માણ પામેલ જિનાલય નંદપ્રભામાં ગયા હતા. અદ્ભુત દેરાસર હતું. 68 એકરના વિશાળ પરિસરમાં પથરાયેલા આ દેરાસરમાં (પરિસરમાં) 42 કમળ આકારની રચના કરવામાં આવી છે. આ અલગ અલગ ખાંચાઓમાં 42 પ્રકારના અલગ અલગ પુષ્પો રોપવામાં આવ્યા છે, જેનાથી પ્રભુની પુષ્પ પૂજા થઈ શકે. મંદિરની અંદર ગર્ભગૃહમાં ખૂબ બારીક કોતરણી કરીને સમોવસરણની રચના કરવામાં આવી છે. જેમાં ચતુર્મુખ મહાવીર સ્વામી ભગવાન બિરાજમાન છે. ગર્ભગૃહમાં ભગવાનની પૂજા કરવા ગયા ત્યારે પરિકરમાં ચારે બાજુ જુદા જુદા કલરના ફૂલોની એટલી સુંદર સજાવટ કરવામાં આવી હતી કે, ત્યાંથી

નજર ખસે જ નહીં. ગર્ભગૃહમાંથી બહાર નીકળીને રંગમંડપમાં સાથિયો અને ચૈત્યવંદન કરવા બેઠા ત્યાં એક બાજુ ગુલાબી, લીસા કીમતી પથ્થરમાં કંડારેલી અદ્ભુત ગૌતમસ્વામીની પ્રતિમા હતી અને બીજી બાજુ સુધર્મા સ્વામીની પ્રતિભા હતી. દર્શન કરીને મન તૃપ્ત થઈ ગયું. ત્યાંથી અમે પ્રાચીન મહાવીર સ્વામી કેવળજ્ઞાન કલ્યાણક તીર્થના દર્શન કરવા ગયા હતા. અહીં પ્રવેશ કરતા જ એકદમ નાના પ્રતિમાજી અને ચરણ પાદુકા છે. તેના દર્શન કર્યા હતા. પછી ભમતી કર્યા ત્યાં જ પાછળ ભગવાન અને ગૌતમ સ્વામીની પ્રતિમા બિરાજમાન છે. આ જિનાલયના પાછળના ભાગમાં એક દરવાજો છે. ત્યાંથી બહાર નીકળતા જમણી બાજુ વૃક્ષો છે, તેની નીચે ગૌદહિકા આસનમાં પ્રભુને કેવળજ્ઞાન થયેલું એ જ આસનમાં પ્રતિમાજી છે. પ્રતિમાજી અદ્ભૂત હતા અને વાતાવરણ પણ! આ પ્રાચીન દેરાસરની બહાર એક સમોવસરણ મંદિર હતું. ત્યાં ચઢવાનું હતું એટલે હું ઉપર ગઈ નહોતી પરંતુ ત્યાં બેઠા બેઠા જ આંખો બંધ કરી દીધી હતી. આ સ્થળનો પ્રભાવ એટલો ગાઢ હતો કે, મારું મન જાણે યુગો પહેલાંના સમયમાં જતું રહ્યું. અહીં સમોવસરણ રચાયું હશે. ભગવાને પ્રત્યક્ષ સ્વરુપમાં દેશના આપી હશે. હજારો લોકોએ તેનો લાભ લીધો હશે. કદાચ મારો આત્મા પણ અહીં વિહર્યો હશે. ત્યારબાદ આજે હજારો વર્ષ વીતી ગયા છે, કરોડો યાત્રીઓ આવી ગયા છે; તેમની પ્રાર્થના અને પૂજા કણેકણમાં વ્યાપેલી અનુભવાય છે. મેં શાંતિથી ત્યાં બેસીને નવકાર ગણ્યા હતાં. બધા આવી ગયા એટલે ત્યાંથી નીકળી ગયા હતા.

બપોરે થોડો આરામ કરીને તળેટીમાં જવા નીકળ્યા હતાં. કોઈકે કહ્યું છે, "ઋજુવાલિકા નદી, શાલ વૃક્ષોનું ગાઢ વન-મધુવન, તીર્થ રક્ષક ભોમિયા દાદાનું મંદિર, પારસનાથ પહાડ, વિવિધ પ્રકારની જડીબુટ્ટીઓ વાળું જંગલ, મેઘાડંબર ટૂંક, જળ મંદિર વગેરે સ્થાન મધ્યે વર્તમાન વીસ તીર્થંકરોના નિર્માણ કલ્યાણ થયા છે એવી પાવન, નૈસર્ગિક ભૂમિ એટલે સમેતશિખર." આ વ્યાખ્યાનો યથાર્થ અનુભવ કરાવતી તળેટી આવી અને ભોમિયાજીના સ્થાનક પાસે અમે ઉતર્યા. ભોમિયાજીના દર્શન બહારથી જ કર્યા હતા. કેટલો સ્થિતપ્રજ્ઞ ચહેરો ! રક્ષક દેવ ગણાય છે. એમની પાસે માથું ટેકવીને પહાડ પર યાત્રા શરૂ કરીએ તો નિર્વિઘ્ને પાર પડી જાય છે. ક્યારેક કોઈ યાત્રી માર્ગ ભૂલી જાય તો શ્વાનનું રૂપ ધારણ કરીને તેને સહાય કરે છે. બાજુમાં જ પાર્શ્વનાથનું નાનું દેરાસર હતું. બહારથી જ દર્શન કરીને, તળેટીની પાછળ કાચો અને સાંકડો રસ્તો છે એવી એક ગલીમાં થઈને બસ ડ્રાઈવર એક મોટી ધર્મશાળા સુધી અમને લઈ ગયા હતા. ગલીમાં જાત ભાતની દુકાનોથી માંડીને દેરાસરો પણ હતા. એક દેરાસર આવ્યું તેમાં સમેતશિખરજીની પ્રતિકૃતિ બનાવેલી હતી. એ જોઈને મન ખુશ થઈ ગયું.

અમે બસમાંથી ઉતરીને રીક્ષાની રાહ જોવા માંડ્યા. વિશાળ ધર્મશાળાનો ચોક પણ વિશાળ હતો. ખાસ્સી ચહલપહલ હતી. યાત્રાળુઓની ભીડ વર્તાતી હતી. ત્યાં રીક્ષા આવી અને અમે એમાં બેસીને દેરાસર પહોંચ્યા. કીર્તિયશ મહારાજ સાહેબની પ્રેરણાથી નિર્માણ પામેલા આ દેરાસરનો અનુભવ અદ્ભુત હતો.

હું દેરાસર પાસે પહોંચી અને જોયું તો ઘણું ચઢવાનું હતું. દેવાંગભાઈએ હાથ પકડી લીધો કે ચઢી જવાશે. અને ખરેખર કઠેડો પકડીને ચઢવાની હિંમત આવી ગઈ. થોડું ચઢી હઈશ અને વરસાદ ચાલુ થઈ ગયો. ધીમે ધીમે પગથિયાં ચઢીને દેરાસરમાં પહોંચી ગઈ. શાંતિથી દર્શન કર્યા, ચૈત્યવંદન કર્યું અને પરિક્રમા પણ કરી. મન જાણે સ્થિર બની ગયું હતું. થોડા વર્ષો પહેલાં જ્યારે આ દેરાસરનું નિર્માણ થતું હતું ત્યારે અમદાવાદમાં તેની ખૂબ વાતો સાંભળેલી કે, ભવ્યાતિભવ્ય દેરાસર બંધાય છે. ત્યાં દર્શન કરી લઈએ એટલે બધા જ તીર્થંકરોની યાત્રા થઈ જાય. મને દેરાસરોની વાતો સાંભળવામાં ખૂબ જ રસ પડે. ભવ્યાતિભવ્યનો અર્થ મને પર્યુષણના દિવસોમાં લઈ જાય. પ્રભુજીને ભવ્યાતિભવ્ય આંગી કરવામાં આવે અર્થાત્ દેરાસરમાં અસંખ્ય દીવા પ્રગટાવ્યા હોય, સુંદર રંગોળી અને ફૂલોની તો વાત જ શી કરવી ? પ્રભુના અંગ પર જડતરની આંગી જોઈને મન એવું તો આનંદિત થઈ જાય કે જાણે પ્રભુ રાજા અને આંગી એમનો વૈભવી દરબાર ! દર્શનાર્થીઓની ભીડનું તો પૂછવું જ શું?

એવા ભવ્યાતિભવ્ય દેરાસરની કલ્પના મારા મનમાં હતી પરંતુ હું અહીં આવી અને ભવ્યાતિભવ્યનો ખરો અર્થ પામી. અહીંયાં આમાનું કશું જ ન હતું. હતી તો માત્ર નિરવ શાંતિ, સ્તબ્ધતા અને પવિત્ર મંદ મંદ સ્પંદનો. પ્રભુનો આ શાંત અને સૌમ્ય દરબાર આવનારના મનને મૌન કરી દેવાની ક્ષમતા ધરાવતો હતો. અહીં વૈભવી ભવ્યતા નહોતી પ્રકૃતિનો અનુપમ વૈભવ અહીંની સૌમ્યતામાં ચાર ચાંદ લગાડી દેતો હતો. સૌમ્ય વિચારો, શાંત અને પ્રભુભક્તિથી મન, સાથે સંગેમરમરની સફેદ પવિત્રતા. ભવ્યાતિભવ્યનો અર્થ આજે મને સમજાયો. ઘંટ વગાડવાનું પણ મન થયું નહીં. 30,000 સ્કેવેર ફૂટના વિશાળ ક્ષેત્રફળમાં ફેલાયેલું મૂળ નાયક પાર્શ્વનાથ અને આજુબાજુ 23 તીર્થંકરોના જિનાલયો ધરાવતા અદભૂત દેરાસરના દર્શન કરીને ધન્ય બની જવાયું.

નીચે ઉતરતા પણ વરસાદ તો નડ્યો જ હતો. વરસતા વરસાદમાં થોડીવાર ઊભી રહી અને દૂર સુધી નજર નાખી. જિનાલયો આચ્છાદિત તળેટી જાણે હરિયાળી કાર્પેટ અને ઉપર સંગેમરમરના સફેદ છુટાછવાયા જિનાલયો! પહાડ ઉપર નજર કરીએ તો પણ એ જ દ્રશ્ય. આધ્યાત્મિક શાંતિ અને સૌમ્યતા મનમાં ભરીને ધીમે ધીમે શાંતિથી નીચે ઉતરી અને રિક્ષામાં બેસી ગયા હતા. અને ત્યાંથી બસમાં બેસી ધર્મશાળા પહોંચી ગયા હતા. હજી ચૌવિહાર થયો નહોતો (જમવાનો સમય) એટલે જમીને દવાઓ લઈ જલદી સૂઈ ગઈ હતી. બીજે દિવસે પરોઢિયે ત્રણ વાગ્યે ઊઠીને પહાડ યાત્રા કરવાની હતી.

દિવસ : 3

હું, હની અને દેવાંગભાઈ ડોળીમાં યાત્રા કરવાના હતા. ડોળીમાં જવું હોય તો પરોઢિયે ચાર વાગે નીકળવું પડે. અમારા સિવાયના સહયાત્રીઓ, બીજો એક ટૂંકો રસ્તો છે જેના ઉપર થોડા વર્ષોથી બાઈક સેવા શરૂ થઈ છે ત્યાંથી જવાના હતા. બાઈકવાળા અડધે રસ્તે ઉતારે છે પછી ચાલીને જવાનું હોય છે. એ રસ્તો પાર્શ્વનાથ ટૂંક તરફ જાય છે. આ લોકો સવારે 7:00 વાગ્યે નીકળે તો પણ ચાલે. ઋજુને અમારી સાથે આવવું હતું અને ડોળી પણ નહોતી કરવી. પછી હની-દેવાંગભાઈએ સમજાવી એટલે અનિચ્છાએ પણ માની ગઈ હતી. અમે ત્રણ જણ પરોઢિયે ચાર વાગ્યે તળેટી પહોંચી ગયા હતા. હું તો પૂજાના કપડામાં જ તૈયાર થઈ ગઈ હતી. અમે પહેલાં ભોમિયાજીના દર્શન કર્યા અને અમે ઉપર જવાનું શરૂ કર્યું. દોઢ કિમીનું અંતર કાપ્યા પછી કલિકુંડ જિનાલય આવ્યું ત્યાં ઊભા રહ્યાં હતાં. રાજેન્દ્રધામ તરીકે ઓળખાતા અને આબેહૂબ કલિકુંડ પાર્શ્વનાથના

જિનાલય જેવા દેખાતા આ દેરાસરના દ્વાર હની-દેવાંગભાઈએ ખોલ્યા હતાં. દીવાના પ્રકાશમાં મેં નીચેથી ભાવ વંદન કર્યા હતા. પ્રતિમાજીનું મુખ્ય જોઈને મન આનંદિત થઈ ગયું હતું. નવકાર મંત્રનું સ્મરણ કરતાં કરતાં ઉપર ચઢતા જવાતું હતું. જાણે ઉર્ધ્વગમન થઈ રહ્યું હતું. લગભગ દોઢેક કલાક પછી ફ્લો ફાટ્યો અને ધીમે ધીમે સૂર્ય નારાયણના દર્શન થયા. અજવાળું થતાં જ વૃક્ષોની મધુર છાયા અને વનરાજીનું લીલુંછમ સૌંદર્ય સૂર્યના કોમળ કિરણોમાં સ્નાન કરી રહ્યું હતું. ઉપર પહાડ હતો અને નીચે અનેક જિનાલયોના દર્શન થતા હતા. સ્થળનું સૌંદર્ય અને વાતાવરણમાં અનુભવાતી એકાકાર જવાની સંવેદના ચુંબકીય આકર્ષણથી ઉપર ને ઉપર લઈ જઈ રહી હતી.

અહીં 9 કિમી ચઢવાનું, 9 કિમી ચાલવાનું અને 9 કિમી ઉતારવાનું એમ 27 કિમીની યાત્રા કરવાની છે. આ આખો ગિરિરાજ જાણે ઉપરથી નીલમનો ટુકડો હોય તેમ દેખાય છે. તેનું દર્શન અતિ રમણીય છે. કારણ કે તેની વનરાજી ઉપરથી નીચે સુધી છવાયેલી છે. આ ગિરિરાજના ઉદરમાં મૂલ્યવાન ધાતુઓ તથા રાસાયણિક પદાર્થી છુપાયેલા છે જે ઔષધીનો ભંડાર છે.

આ તીર્થનો પુરાકાલીન ઇતિહાસ મળતો નથી. આ સ્થળનો પ્રાચીન ઉલ્લેખ જ્ઞાતાધર્મકથા નામના આગમમાં આવે છે. ત્યાર બાદ લગભગ બીજા સૈકામાં થયેલા આચાર્ય પાદલિપ્તસૂરિ અને નવમાં સૈકામાં થયેલા બપ્પભટ્ટસૂરિજી આ તીર્થની યાત્રાએ આકાશમાર્ગે વિદ્યાના આધારે નિત્ય આવતા હતા એમ "પ્રભાવક ચરિત" માંથી જાણવા મળે છે. આ તીર્થની તળેટી અસલ પાલગંજમાં હતી ત્યાર પછી મધુવનમાં બની હશે એમ મનાય છે. આ પર્વત ઉપરથી વીસ તીર્થંકરોના નિર્વાણ કલ્યાણક થયા છે તેમ જ કરોડો મુનિઓ મોક્ષપદ પામ્યા છે. અહીંથી સૌથી છેલ્લા શ્રી પાર્શ્વનાથ તેત્રીસ મુનિઓ સાથે એક મહિનાના ઉપવાસ કરીને ખડગ આસને કાઉસગ્ગધ્યાન મુદ્રામાં શ્રાવણ સુદ આઠમના દિવસે રાત્રીના પૂર્વ ભાગમાં મોક્ષે ગયા હતાં. તેથી આ ટેકરીઓને પારસનાથ હિલ્સ તરીકે પણ ઓળખવામાં આવે છે.

આમ પ્રભુનું નામ સ્મરણ કરતાં કરતાં અમે પર્વત આરોહણ સમાપ્ત કર્યું. સૌપ્રથમ ગૌતમસ્વામીના ટૂંક આવી હતી. મેં અહીં ઘણાં જ શાંતિથી દર્શન કર્યા હતા અને ખાસ્સો સમય વીતાવ્યો હતો. કારણ કે આખા પર્વતો ઉપર અન્ય ટૂંકોમાં માત્ર ચરણપાદુકાઓ જ છે. એટલે દરેક ટૂંકોમાં ભાવ દર્શન કરતી હોઉ એમ સ્મરણ કર્યું હતું. આમ પણ શારિરીક નબળાઈના લીધે દરેક ટૂંકમાં ફરવું

મારે માટે શક્ય નહોતું. હું તો માનું છું કે, તીર્થયાત્રા કરવી એટલે દરેક દેરીઓમાં જવાની દોડાદોડ કરીએ તો મનની શાંતિ પ્રાપ્ત થતી નથી. આ સ્થળ જ એક જીવંત સંસ્કૃતિ છે. એની સ્પર્શના થઈ ગઈ એટલે જાણે ધર્મને પામી ગઈ એટલો સંતોષ થઈ ગયો. ત્યાંથી હની-દેવાંગભાઈએ ચંદ્રપ્રભુની ટૂંકમાં જવા પ્રસ્થાન કર્યું અને મેં જલ મંદિરમાં જવા માટે. જલ મંદિરમાં પૂજા થઈ જાય એટલે મારો ફેરો સફળ. ગૌતમસ્વામીની ટૂંકથી આગળ વધી એટલે ચાર શાશ્વત જિનની ટૂંક આવી હતી. ઋષભઆનંદ સ્વામી, ચંદ્રાનન સ્વામી, વર્ધમાન સ્વામી અને વારિષેણ સ્વામી. આ ચાર જિન શાશ્વત આચાર્યજીન શાશ્વત છે અને ભરતક્ષેત્રમાં ફરે છે એમ મનાય છે. બહારથી જ દર્શન કર્યાં હતાં. રસ્તામાં ટૂંકો આવતી જતી હતી. હાથ જોડેલા રાખ્યા હતા. મનમાં પ્રભુ સ્મરણ કરતી, ડોળીવાળા ભાઈઓના સહયોગથી આગળ વહેતી જતી હતી. બેઠી છું, ચાલુ છું, થાકી છું, કોણ ક્યાં હશે? એવો કોઈ જ ખ્યાલ મનમાં નહોતો. સદીઓ પહેલાના કાળમાં પહોંચી ગઈ હતી અને ત્યારે વિહરતા ભગવંતોના સાંનિધ્યમાં વિહરતી હતી અહીંના વાતાવરણમાં એવી ઓગળી ગઈ હતી કે જલ મંદિર ક્યારે આવ્યું તેની ખબર પણ ના પડી.

ગૌતમસ્વામી ટૂંક

જલ મંદિરનું નિર્માણ 18મી સદીમાં થયું છે. આ ભવ્ય અને વિશાળ જિનાલય પાસે કુંડ હોવાથી જલ મંદિર તરીકે ઓળખાય છે. જિનાલયના મૂળ નાયક શ્રી શામળા પાર્શ્વનાથજી-શ્રી સમેતશિખર પાર્શ્વનાથ તરીકે પણ ઓળખાય છે. અહીં આવ્યા પછી મેં શાંતિથી અષ્ટ પ્રકારી પૂજા કરી અને શાંતિથી પ્રભુના સાંનિધ્યમાં બેઠી હતી. એક-દોઢ કલાક પછી હની-દેવાંગભાઈ આવ્યા. પ્રક્ષાલથી માંડીને આરતી - મંગળદીવા સુધીનો લાભ લીધો એટલે તેમની સાથે ફરીથી જોડાઈ. અમે લોકોએ ઋજુ અને બધા મિત્રોની રાહ જોઈ હતી. પણ તે લોકો જૂદા રસ્તે હોવાથી ભેગા થવાનો મેળ પડ્યો નહોતો. છેલ્લે ચૈત્યવંદન કરીને પછી હની દેવાંગભાઈ પાર્શ્વનાથની ટૂંક પર જવા નીકળ્યા જે 31મી સૌથી ઊંચી ટૂંક છે અને મેઘાડંબર ટૂંક તરીકે પણ ઓળખાય છે. હું અહીંથી નીચે જવા નીકળી ગઈ હતી.

નીચે ઉતરવા માંડ્યું અને વરસાદ શરૂ થઈ ગયો હતો. પહાડ તો એટલો સુંદર દેખાતો હતો કે નજર ના હટે. સદીઓ જૂનાં તીર્થધામોમાં જઈએ એટલે અલૌકિક અનુભવ માણવા મળે છે. અંતર નિર્મળ થાય છે. પ્રભુ પ્રત્યેનું ખેંચાણ વધે છે અને આધ્યાત્મિક દિશામાં એક ડગલું આગળ વધાય છે. એવા વિચારો કરતી.... રસ્તામાં વરસાદ અને પહાડનું સૌંદર્ય માણતી નીચે ઉતરી ગઈ હતી. રિક્ષામાં ધર્મશાળામાં આવી ગઈ હતી. પછી કલાક - દોઢ કલાકના અંતરે બધા આવી ગયા હતા. એ દિવસે અમે છ વાગ્યામાં જમી લીધું હતું.

દિવસ : 4

આજે અમારે સમેતશિખરથી નીકળીને રાજગૃહી પહોંચવાનું હતું. અમે સવારે શાંતિથી ઊઠીને દસ વાગ્યે તૈયાર થઈને નીકળ્યા. સૌથી પહેલાં અને ક્ષત્રિયકુંડ ગયા જ્યાં હમણાં બે વર્ષ ઉપર આચાર્ય શ્રી નયવર્ધનસૂરિના માર્ગદર્શન હેઠળ શાસ્ત્રો અનુસાર જિનાલયનું નિર્માણ કરવામાં આવ્યું છે. આ અદ્ભુત જિનાલયનું શિખર તારંગા જેવું છે અને અંદરની કોતરણી આબુ-દેલવાડા અને રાણકપુર જેવી છે. ક્ષત્રિયકુંડ ભગવાન મહાવીરની જન્મભૂમિ છે. ચારે બાજુ પર્વતમાળા વચ્ચે આ જિનાલય સ્થિત છે. અહીંયાં મૂળનાયક મહાવીરસ્વામી બિરાજમાન છે જેને જીવિતસ્વામી કહે છે. વીસ વર્ષ પહેલાં આ તીર્થની પરિસ્થિતિ જૂદી હતી. લછવાડના પ્રાચીન દેરાસરમાં દર્શન કરીને પર્વત પર આગળ વધીએ રસ્તામાં સાત ઝરણા આવતા ત્યાર પછી એક નદી આવતી હતી એની એક તરફ દીક્ષા કલ્યાણ અને બીજી તરફ ચ્યવન કલ્યાણની દેરી હતી. લોકો જ્યારે ત્યાં જતાં ત્યારે ચારે તરફ અંધારું હતું અને માત્ર નાના દીવડાના પ્રકાશમાં પ્રભુની ચરણ પાદુકાના દર્શન થતાં. દીપકના પ્રકાશમાં નિરવ શાંતિ અને પક્ષીઓના કલરવમાં નોકારવાળી ગણીને ધ્યાન સાધના કરવાનો જે અનુભવ હતો તે અદ્ભુત હતો. અત્યારે ગતિશીલ પરિવર્તન થઈ રહ્યું છે. જે જગ્યાએ કેડીઓ હતી ત્યાં આજે સપાટ રસ્તાઓ બની ગયા છે. હવે ચઢવાની જરૂર નથી. ગાડીઓ સીધી જ ઉપર જાય છે. અમે, ખરેખર પહેલાં ઉપર ક્ષત્રિયકુંડ જ ગયા હતા. આ જીવિતસ્વામી પ્રભુ પ્રતિમાનો ઇતિહાસ રસપ્રદ છે. પ્રભુ મહાવીર સર્વજ્ઞ બન્યા પછી બે વર્ષે વિહાર કરતાં કરતાં પોતાની જન્મભૂમિ ક્ષત્રિયકુંડ પધાર્યા. પ્રભુના ભાઈ અને ક્ષત્રિયકુંડના અધિપતિ નંદીવર્ધન વિપુલ સંપત્તિ અને ભક્તિ સાથે વંદન કરવા પધાર્યા. પ્રભુએ દેશનામાં વૈરાગ્યનો ધોધ વહાવ્યો. પુત્રી પ્રિયદર્શના અને જમાઈ જામાલિએ અનેક સાથે દીક્ષા ગ્રહણ કરી. પ્રભુની ભવ્ય અને તેજસ્વી પ્રતિભા જોઈને નંદીવર્ધન હરખાતા પણ મનમાં એક વ્યથા રહેતી કે, જ્યારે પ્રભુ ક્ષત્રિયકુંડથી વિહાર કરશે ત્યારે તેમના આ દિવ્ય સ્વરૂપનું દર્શન કેવી રીતે થશે ? આ વ્યથાનું નિરાકરણ કરવા રાજાએ ઉત્તમ શિલ્પી બોલાવીને પ્રભુના પ્રતિબિંબ સ્વરૂપ પ્રતિમાના નિર્માણનો નિશ્ચય કર્યો. બહુમૂલ્ય એવા કસોટી પત્થરમાંથી નિર્માણ પ્રારંભ થયું. આ પ્રતિમાની પૂજા નંદિવર્ધને જીવતે જીવ કરી હતી એટલે જીવિતસ્વામી તરીકે ઓળખાય છે.

ત્યાંથી બસમાં નીચે ઉતરીને લછવાડના પ્રાચીન દેરાસર ગયા હતાં. આ પણ ભગવાનનું જન્મસ્થળ ગણાય છે. ભગવાનના રાજમહેલની બે ઈંટો પણ

સાચવવામાં આવી છે. તેના પણ દર્શન કર્યા હતા. મહાવીરસ્વામી ભગવાનની જન્મભૂમિ અંગે અલગ અલગ સંપ્રદાયો લઈને અલગ અલગ માન્યતાઓ છે. કારણ કે શાસ્ત્રોમાં કુંડપુર નામ લખેલું છે જ્યાં સિદ્ધાર્થ રાજાનુ રાજ હતું. આજે ત્રણ માન્યતાઓ છે કે આ ભૂમિ કઈ હોઈ શકે? કુંડ શબ્દ ત્રણ સ્થળોમાં સમાવિષ્ટ છે. દિગંબર પરંપરા ક્ષત્રિયકુંડને ભગવાનની જન્મભૂમિ માને છે. એક વર્ગ એવું પણ માને છે કે, કુંડલપુર નામની જગ્યા બિહાર નાલંદામાં છે તે જન્મભૂમિ છે, શ્વેતાંબર પરંપરા બિહાર, લછવાડ છે જેમાં કુંડઘાટ નામની જગ્યા છે તે ભગવાનની જન્મભૂમિ છે તેમ માને છે. ત્રણેય જગ્યાઓ નજીક નજીક જ છે. આપણે તો ભાવથી દર્શન કરવાના. મનમાંથી ઉઠતો ભાવ એ જ શ્રેષ્ઠ છે. લછવાડના દેરાસરમાં દર્શન કરી ભોજનશાળામાં જમી લીધું હતું. અમારી સાથે આવેલા મિત્ર ભોપિનભાઈને દેરાસરના ટ્રસ્ટી સાથે સંબંધ હોવાથી એ લોકોને ખબર હતી કે, અમે આવવાના છીએ. આમ તો કશું સ્પેશિયલ ના હોય પણ યાત્રાળુ અવરજવર ઓછી હોવાથી જઈએ પછી રસોઈ થાય એવું બને. પરીક્ષાનો સમય હતો. કેટલી બધી જગ્યાએ અમે અને ભગવાન જ હોય એવો અનુભવ થયો હતો.

લછવાડમાં થોડો સમય ગાળીને ગુણિયાજી જવા નીકળી ગયા હતાં. સદીઓ પહેલાં આ સ્થળ વૈભારગિરિ તરીકે ઓળખાતું હતું. અહીંયાં ગુણશીલ ઉદ્યાનમાં પ્રથમ ગુણધર ગૌતમસ્વામી એક મહિનાનું અનશન કરીને મહાનિર્માણ પામેલાં. આ જગ્યા અત્યારે ગુણિયાજી તરીકે ઓળખાય છે. ગુણિયીજીમાં નાનકડાં સ્થાનકમાં ગૌતમસ્વામીની અદ્ભુત પ્રતિમા હતી. ત્યાં મોટા પાયા પર કામ ચાલી રહ્યું હતું. એમના આ પ્રોજેક્ટમાં શું સમાવિષ્ટ છે તેની સુંદર ફિલ્મ અમને બતાવવામાં આવી હતી. આ પવિત્રભૂમિના દર્શન કરીને મોડી સાંજે રાજગૃહી, કલાનિધિ રિસોર્ટ, વિરાયતન કોમ્પ્લેક્ષમાં પહોંચી ગયા હતા.

દિવસ : 5

રાજગૃહી કલાનિધિ રિસોર્ટ ખૂબ સુંદર જગ્યા છે. વિરાયતન નામની સંસ્થા જેની સ્થાપના મહાસતી ચંદનાશ્રીજીએ ઈ.સ. 1973માં ભગવાન મહાવીરના 2500માં નિર્માણ દિન મહોત્સવ નિમિત્તે કરી હતી. સામાજિક સેવા - પ્રવૃત્તિ માટે ચાલતું આ સંકુલ જૈન ધર્મના સિદ્ધાંત પર નબળા વર્ગને ઊંચો લાવવા આરોગ્ય અને શિક્ષણ ક્ષેત્રમાં ખૂબ કામ કરે છે. તેના એક ભાગરૂપે કલાનિધિ રિસોર્ટ ચાલે છે. ખૂબ જ વિશાળ જગ્યા અને અદ્ભુત પ્રકૃતિ સૌંદર્ય ધરાવે છે.

હવે રાજગૃહી તીર્થ વિશે વાત કરીએ તો આ ભૂમિ ભાવિ તીર્થંકર શ્રેણિક રાજાની રાજધાની છે. અહીં પ્રભુ મહાવીરે રાજગૃહીના નાલંદાપાડામાં 14 ચાતુર્માસ કર્યા હતાં. આ તીર્થનો ઇતિહાસ વીસમાં તીર્થંકર મુનિસુવ્રત સ્વામી સમયથી શરૂ થાય છે. મુનિસુવ્રતસ્વામીના ચ્યવન, જન્મ, દીક્ષા અને કેવળજ્ઞાન એમ ચાર કલ્યાણ આ ભૂમિ પર થયા છે. અહીં પાંચ પહાડ છે અને દરેક પહાડ ઉપર જિનાલય છે. અમે સૌ પ્રથમ મુનિસુવ્રતસ્વામીના દેરાસર ગયા હતા. ત્યાં સેવા, પૂજા, ચૈત્યવંદન વગેરે કર્યું હતું. મુનિસુવ્રતસ્વામીની શ્યામ પાષાણમાંથી કંડારેલી સપરિકર પ્રતિમા અદ્ભુત હતી. જેની પ્રતિષ્ઠા ઈ.સ. 1449માં થઈ હતી. મૂળનાયક પ્રતિમાજીના પાછળના ભાગમાં નૂતન મૂળનાયક મુનિસુવ્રતસ્વામી બિરાજમાન છે જેની પ્રતિષ્ઠા આચાર્ય શ્રી કૈલાસસાગરના હસ્તે થઈ છે. આ દેરાસરની એક સુંદર વાત મને ખૂબ જ સ્પર્શી ગઈ હતી. રાજગૃહીની ભૂમિ પર પાંચ પહાડો આવેલા છે તેના ઉપર પાંચ જિનાલય હતા. તેમાંથી પાંચેય પ્રાચીન મૂળનાયક પ્રતિમાજીઓની પ્રતિષ્ઠા આ જિનાલયમાં કરવામાં આવી છે. કેટલું સુંદર ! એક જ જગ્યાએ દર્શન થઈ જાય. ક્યાંય જુદા જુદા પહાડ ચઢવા ના પડે. અમે દર્શનવિધિ કરીને બહાર આવ્યા અને બાજુમાં એક પ્રાચીન દેરાસર હતું. પ્રમાણમાં ઘણાં પગથિયાં હતાં અને તડકો માથે ચડી ગયો હતો. હું દેરાસરની પ્રાંગણમાં બેઠી અને બધા દર્શન કરવા ગયા એ દિવસે મને કલ્યાણકનો વરઘોડો જોવાનો લાભ મળ્યો હતો. મનમાં આનંદ.... આનંદ.... બધા આવ્યાં એટલે ભોંયરામાં ગયા હતા. આ ભોંયરામાં મહાવીર સ્વામીની સુવર્ણ પ્રતિમા અને ઘણાં નાના પ્રતિમાજીઓ હતા. સુવર્ણ કાચ મંદિર જેવી રચના હતી. અહીં મહાવીર સ્વામીના ચાતુર્માસના સ્મૃતિરૂપ સુંદર, હસમુખી સૌમ્ય પ્રતિમા બિરાજમાન છે.

આ દેરાસરમાંથી બહાર આવીને અમે બૌદ્ધ સ્તૂપ જોવા ગયા હતાં. ત્યાં રોપ-વે હતો. રોપ-વે સુધી ચાલવાનું હતું. લાઈન પણ લાંબી હતી. હનીનો હાથ પકડીને ગઈ હતી, સારું એવું ચાલી પણ અને રોપ-વેમાં પણ બેઠી હતી. રોપ-વેમાંથી ઉતર્યો એટલે સ્તૂપ સુધી જવા માટે પણ ઘણો ઢાળ ચઢવાનો હતો. હું તો ત્યાં જ બેસી ગઈ હતી. થોડા ખાણી-પીણીના સ્ટોલ્સ હતાં. લોખંડની હલકાં વજનની પાટ જેવું ગોઠવેલું હતું. પુષ્કળ લોકોની અવર-જવર હતી. ભાતભાતના લોકોને તેમના ચહેરાના હાવ-ભાવને નીરખવામાં સમય પસાર થઈ ગયો હતો. જો કે દેવાંગભાઈ થોડી જ વારમાં હું જ્યાં બેઠી હતી ત્યાં આવી ગયા હતા. બીજા બધા લગભગ દોઢ કલાકે આવ્યા. પછી જ રોપ-વેમાં સાથે ઉતાર્યા. બસ સુધી જવામાં તો તડકો એટલો આકરો કે માંડ પહોંચી. સખત તાપ-શ્વાસ-થાંકથી લોટપોટ

થઈ ગઈ. ત્યાં શેરડીના રસનો સંચો હતો. એ દિવસે શેરડીનો રસ અમૃત કરતા પણ મીઠો લાગેલો. અહીંથી બધા નાલંદા વિશ્વવિદ્યાલય જોવા જતાં હતાં. મારી આગળ જવાની શક્તિ નહોતી એટલે હું એકલી રિસોર્ટ પર ઊતરી ગઈ અને બધાં નાલંદા સાઈટ જોવા ગયા.

નાલંદા વિશ્વ વિદ્યાલય શુક્રાદિત્ય કુમારગુપ્ત (ઈ.સ. 424-454) દ્વારા બૌદ્ધ સાધુઓ માટે મઠનું નિર્માણ કરવામાં આવ્યું હતું, આગળ જતાં વિશ્વ વિદ્યાલય બન્યું અને સમય જતાં વિશ્વમાં ખૂબ પ્રસિદ્ધિ પામ્યું. 13મી સદીમાં બખ્તિયાર ખિલજી દ્વારા તેનો નાશ થયો હતો. આજે તે નાલંદા તરીકે ઓળખાય છે અને UNESCO દ્વારા વર્લ્ડ હેરિટેજ સાઈટમાં સ્થાન પામ્યું છે.

લગભગ સાંજે સાત વાગ્યે બધા પાછા આવ્યા પછી વિરાયતન પરિસરમાં જ એક જોવાલાયક મ્યુઝિયમ બન્યું છે તે જોવા ગયા હતા. મેં તો ના જ પાડી હતી પણ દેવાંગભાઈ વહીલચેર લઈ આવ્યા હતા અને પોતે જ ચલાવીને લઈ ગયા હતા. ઘણું લાંબુ જવાનું હતું. મને સંકોચ થતો હતો પણ એમના પ્રેમાગ્રહને વશ હું કંઈ બોલી શકી નહોતી. મ્યુઝિયમ ખૂબ સુંદર હતું. જુદા જુદા તીર્થંકરો તથા કેવળી ભગવંતોના જૈન કથાઓમાં આવતા પ્રસંગો આબેહુબ પ્રકૃતિ અને પ્રતિકૃતિની રચનામાં મનને આનંદથી તરબતર કરી દેતા હતા. મેં જોઈ લીધું એટલે હું અને દેવાંગભાઈ વ્હીલચેરમાં પાછા ફર્યા હતા. પહેલી વાત કે મારાથી બહુ ઊભા રહેવાય નહીં અને વળી વ્હીલચેરમાં પહોંચતા વાર લાગે. વચમાં (રસ્તામાં) સંસ્થાનું જ શંખેશ્વર પાર્શ્વનાથનું દેરાસર હતું. ત્યાં ભક્તિ ચાલતી હતી. વ્હીલચેર જાય એવી હતી એટલે દેરાસરમાં ગયા હતા. દર્શન થયા એટલે આનંદ આનંદ ! બધે એક જ Vibes. પછી ઘણીવારે બધા આવ્યા હતા. એ લોકો ત્યાં મ્યુઝિયમમાં જ રહેતા મહાસતિ ચંદ્રનાશ્રીજીને મળવા ગયા હતા અને ખૂબ વાતો કરી હતી. તેમણે બધાને આશીર્વાદ આપ્યા હતા અને તે આશીર્વાદ મારા અને દેવાંગભાઈ સુધી લંબાયા હતા.

દિવસ : 6

આજે છેલ્લો દિવસ હતો. યાત્રા - દર્શન બપોરે ત્રણ વાગ્યા સુધીમાં પતાવવાનું હતું. કારણ કે છ વાગ્યા સુધીમાં એરપોર્ટ પહોંચી જવાનું હતું. અમે થોડા વહેલા ઊઠીને પેકિંગ વગેરે પતાવીને, બ્રેકફાસ્ટ લઈ સવારે 9:00 વાગ્યે નીકળી ગયા

હતા. સૌથી પહેલાં અમે કુંડલપુર ગયા હતા. નાલંદાની સાઈટને અડીને જ તીર્થ પરિસરમાં આદિનાથ ભગવાનનું સુંદર દેરાસર આવેલું છે. અહીં મૂળનાયક આદિનાથ ભગવાનની 2000 વર્ષો પહેલાંની પ્રતિમા છે. આ પ્રતિમાજીમાં જટાવાળા ભગવાન છે અને તેમાં તેમના માતા મરૂદેવા બિરાજમાન છે. એ સિવાય પણ શાંતિનાથ ભગવાન, પાર્શ્વનાથ ભગવાન અને અજિતનાથ ભગવાનના પ્રાચીન પ્રતિમાજીઓ છે.

આ સ્થળ ગૌતમસ્વામી અને તેમના ભાઈઓ અગ્નિભૂતિ અને વાયભૂતિનું જન્મ સ્થળ છે. દેરાસરની બાજુમાં જ ગૌતમસ્વામીનું પ્રાચીન દ્રવિડ શૈલીમાં મંદિર હતું. ઉપર ચઢવાનું હોવાથી મારા સિવાય બધા ગયા હતા. બીજી એક ખાસ વાત એ છે કે એક ચોક્કસ વર્ગ કુંડલપુરને ભગવાનનું ચ્યવન કલ્યાણ ભૂમિ તરીકે માને છે. કારણ કે પ્રભુનું ચ્યવન કુંડલપુરમાં રહેતી દેવાનંદા બ્રાહ્મણીને ત્યાં થયું હતું. 84 દિવસ દેવાનંદાની કુક્ષિમાં રહ્યાં પછી ગર્ભને ત્રિશલામાતાની કુક્ષિમાં મુકવામાં આવ્યો હતો. એટલે કુંડલપુર પ્રભુનું ચ્યવનકલ્યાણક કહેવાય એવી માન્યતા છે. આમ તો આ ગૌતમસ્વામી અને તેમના ભાઈઓની જન્મભૂમિ છે.

ત્યાંથી અમે પાવાપુરી દેરાસર ગયા હતા. પાવાપુરી પ્રભુ મહાવીરનું નિર્માણ સ્થળ છે. અહીંયાં સેવા-પૂજા, ચૈત્યવંદન કર્યા હતા. પૂજારી સાથે ઘણી વાતો થઈ હતી. વાત વાતમાં તેમણે કહ્યું હતું અહીંથી થોડે જ દૂર સમવસરણ મંદિર છે જ્યાં પ્રભુએ અંતિમ દેશના આપી હતી. આજથી 70 વર્ષ પહેલાં આચાર્ય શ્રી રામસૂરિજી મહારાજ સાહેબે પ્રતિષ્ઠા કરાવી હતી. મારી ત્યાં જવાની ખૂબ ઇચ્છા હતી. દેરાસરમાં આવેલી ભોજનશાળામાં જમીને અમે રિક્ષામાં સમવસરણ દેરાસર ગયા હતા. અંતિમ દેશનાના સ્થળે દેરાસરની પાછળ નાનકડી દેરી હતી (પ્રાચીન) અને ભવ્ય સમવસરણ મંદિર હતું. પગથિયા ખૂબ હતા અને સખત તડકો ! પણ એક વાત ખૂબ જ સારી હતી કે, નીચેથી જ પ્રભુનું મુખ દેખાતું હતું. મન ખુશ થઈ ગયું. જાણે પ્રભુની દેશનાના તરંગો હજી પણ ગુંજારવ કરતાં હતાં. ત્યાંથી રીક્ષામાં પાછા ફરીને બસમાં બેસી ગયા હતા અને અમારું છેલ્લું મુલાકાત સ્થળ જલ મંદિર ગયા હતા.

અહીં છેલ્લી દેશના આપ્યા પછી પ્રભુ આવ્યા હતા અને નિર્વાણ પામ્યા હતા. અહીં દેવો દ્વારા તેમના અગ્નિસંસ્કાર થયા હતા. એવું કહેવાય છે કે આ મંદિરનું નિર્માણ પ્રભુના મોટાભાઈ નંદિવર્ધને કરાવ્યું હતું અને પછી ઉત્તરોત્તર જીર્ણોદ્ધાર થતા ગયા છે. મંદિરના મુખ્ય સ્થાનમાં (મૂળનાયકની જગ્યા) મહાવીર

સ્વામીની અતિ પ્રાચીન ચરણ પાદુકા છે. કહેવાય છે કે, પ્રભુના અગ્નિસંસ્કાર સમયે એટલા બધા માણસો હાજર હતા અને તે પવિત્ર સ્થળની માટી લઈ ગયા હતા એટલે આજુબાજુ ખાડા પડી ગયા અને સુંદર તળાવ આકાર પામ્યું. કમળોથી આચ્છાદિત આ તળાવ મંદિરની શોભા અનેક ગણી વધારે છે.

આ જલમંદિરમાં પણ પ્રવેશદ્વારથી મંદિર સુધી સારું એવું ચાલવાનું હતું અને ભર બપોર હતી. અહીં પણ દેવાંગભાઈ વ્હીલચેર લઈ આવ્યા હતા. અદ્ભુત અને રમણીય મંદિરના દર્શન કરીને અમે બસમાં બેઠા ત્યારે સાડા ત્રણ વાગી ગયા હતા. રસ્તામાં ટ્રાફિક ઘણો હતો પણ સમયસર એરપોર્ટ પહોંચી ગયા હતા પટના એરપોર્ટ પહોંચી ગયા હતાં. પટનાનું એરપોર્ટ એટલું બધું નાનું અને ભરચક હતું કે અમદાવાદના ગીતા મંદિરના બસ સ્ટેશનને સારું કહેવડાવે. માંડ માંડ સમય પસાર કર્યો અને પટનાથી અમદાવાદ આવતી ફ્લાઈટમાં રાત્રે સાડા દસ વાગ્યે આવી ગયા હતા. યાત્રાનો આ અણમોલ આનંદ હ્રદયમાં ચિરંજીવ સ્થાન પામી ચૂક્યો છે.

2
રાજસ્થાનની સફર

અમેરિકાથી વંદનાબેન (કઝીન નણંદ) 2013માં કુટુંબમાં લગ્ન હતું તે નિમિત્તે આવેલા. આમ તો પોતે ડૉક્ટર એટલે જીવન ઘણું વ્યસ્ત વીતેલું પણ હવે રિટાયર્ડ થયા એટલે પહેલીવાર સમય લઈને આવેલા. તેમને રાજસ્થાન જવાનું મન હતું. અમે બે જણ ઉપડ્યા રાજસ્થાની સફરે. પ્રવાસે જઈએ એટલે જીવન જાણે વિસ્તરતું જાય છે. દરેક પળે, દરેક અનુભવથી, દરેકના સથવારે કંઈક શીખવાની દ્રષ્ટિ હોય તો થાક લાગતો નથી.

ઘરેથી સવારે સાડા આઠે નીકળ્યા હતા. ઉદેપુર જવાના રસ્તે બોરીજ અને ધણપ દર્શન કરવા ઉતર્યા હતા. બોરીજ, એ ગાંધીનગરમાં અક્ષરધામ સામે આવેલું ભવ્ય દેરાસર છે. મૂળ નાયક મહાવીર સ્વામીની પંચધાતુની બનેલી વિરાટ પ્રતિમાનું વજન મારા ખ્યાલ પ્રમાણે 1200 ટન છે, ઊંચાઈ 81 ઇંચ છે. દર્શન માત્રથી આત્મા શુદ્ધ થઈ જાય તેવા ભવ્ય પ્રતિમાજીના દર્શન કરીને થોડા આગળ વધ્યા ત્યારે ધણપનું દેરાસર આવતું હતું. અમે ત્યાં પણ ઉતર્યા હતા. ત્યાં નીચે ભોંયરામાં વિરાટ મંડપ છે અને બંને બાજુ થાંભલા આવેલા છે. ત્યાં મૂળનાયક પાર્શ્વનાથ ભગવાન છે. આખો મંડપ કહો કે લાંબો રૂમ, તેના થાંભલા, બારણાં, દીવાલ બધું જ સોનેરી કલરથી રંગી નાખ્યું છે. જાણે સોનાનો રૂમ ! અંદર પ્રવેશ કરીએ એટલે ખાસ્સું લાંબું સીધું દેરાસર છે. ભગવાનની સામે અરીસો લગાડેલો છે. હારબંધ થાંભલા અને ભગવાનને અરીસામાંથી જોઈએ એટલે એટલું સુંદર લાગે છે જેનું વર્ણન શક્ય નથી. બહાર નીકળીને ઉપર ચંદ્રપ્રભુનું દેરાસર છે. ત્યાં દર્શન કરીને આગળ વધ્યા હતાં.

બપોરે ઉદેપુર પહોંચ્યા. શેરેટોન હોટલ બહુ મોટી નહીં પણ સુંદર હતી. તેનું બાંધકામ અને સ્થાપત્ય રાજસ્થાનના મહેલોમાં ભળી જાય એવું હતું. મેં પૂછ્યું હતું કે, હોટલ પેલેસમાંથી બનાવી છે ? એટલે તેમણે ના પાડી હતી. રાજસ્થાનના પ્રવાસમાં મહેલો અને કિલ્લાઓ જ મુખ્ય આકર્ષણો છે. એટલે એવી જ બાંધણીને મહત્ત્વ આપતા હોય તેમ લાગ્યું. અમે બપોરે પહોંચી ગયા હતા એટલે થોડો આરામ કરી બહાર નીકળ્યા. રિસેપ્શન પર પૂછ્યું તો સલાહ મળી હતી કે ત્યાં આવેલા સીટી પેલેસમાં જવું. ત્યાં બધા જ આકર્ષણો મળી જશે. અમે અડધો કલાકમાં સિટી પેલેસ પહોંચી ગયા હતા. ઘણી વિશાળ જગ્યા હતી. પેલેસ એટલી વિશાળ જગ્યામાં ફેલાયેલો હતો કે ગઢ છે કે નાનકડું ગામ તે વિચારવું પડે. ગાડીમાં બધે ફરી શકાય પણ બોટિંગ અને લાઈટ એન્ડ સાઉન્ડના પ્રોગ્રામની ફી હતી. રેસ્ટોરન્ટ્સ, બ્યૂટી પાર્લર, હેલ્થ સ્પા, શોપિંગ બધું જ અહીં હતું. ઉદેપુરની શ્રેષ્ઠ હોટલોમાંની એક ફતેહપ્રકાશ હોટલ અહીં જ હતી. તે સિવાય પણ બે પેલેસ આવેલા હતા. ગાડીમાંથી ઉતરીને અમે ધીમે ધીમે ચાલતા પીચોલા લેક પર આવ્યા. કારણ કે રસ્તા ઢાળવાળા હતા. ત્યાં પહોંચીને બોટિંગ કરવાનું નક્કી કર્યું. બોટમાં લેકની વચ્ચે આવેલા જગ મંદિર આઈલેન્ડ પેલેસ પર લઈ જતા હતા. ત્યાં રોકાવાનું, સનસેટ જોવાનો અને પાછા આવવાનું હતું. બોટમાં બેઠી ત્યારે ખ્યાલ આવ્યો કે ખાંસી ઠંડી હતી. સરોવર ઘણું વિશાળ હતું. પાણી એટલા તો શાંત અને સ્થિર હતા કે મને કહેવત યાદ આવી. "શાંત પાણી ઊંડા હોય છે." સરોવર ઊંડું હશે ? અમારી બોટમાં માંડ દસેક જણ હશે. નાની નાની રબરની ઘણી કલરફુલ બોટ (હોડીઓ) હતી. અમારી બોટમાં વીસ વર્ષ આસપાસની ચાર ચાઈનીઝ યુવતીઓ હોતી. પહેલાં શોપિંગ કરીને આવ્યા લાગતા હતા. ચારે જણે રાજસ્થાની કલરફુલ બાંધણી, કપાળમાં બિંદી અને હાથમાં બંગડીઓ પહેરેલી હતી. એટલી મજાક-મસ્તીના મૂડમાં હતા કે આપણું ધ્યાન ત્યાં જ રહે. વિદેશમાં પણ ભારતીય પોષાકનું આટલું આકર્ષણ હશે એમ વિચારીને મન ખુશ થઈ ગયું. પેલેસ પાસે બોટ ઊભી રહી. અમે અંદર ગયા. ત્યાં ખૂબ સુંદર ગાર્ડન હતું. પ્લાન્ટેશન દાદ માંગી લે તેવું હતું. પેલેસ પણ ભવ્ય હતો. અંદર જઈ શકાતું હતું. પણ ગાર્ડન જ એટલું સુંદર હતું કે, અંદર જવાનું મન ના થયું. અમે ગાર્ડનમાં ગોઠવેલ સુંદર વાંસની બેઠકો ઉપર બેઠા. સૂરજ ઢળવાની તૈયારીમાં હતો. તેના લાલ કિરણોથી વાતાવરણ રતુંબડું બની ગયું હતું. હું ડૂબતા સૂરજની સંધ્યા અને મારા જીવનની સંધ્યાને સરખાવી રહી. અહીં અસ્ત પામ્યો પણ બીજે તો ઉદય થતો હશે. આવું જ રતુંબડું વાતાવરણ

હશે. જીવનનું ચક્ર પણ નિરંતર ચાલ્યા કરે છે. અમે પાછા ફર્યા. પિયોલા લેક મહારાજા ઉદયસિંહે બંધાવેલું છે. આ લેક રમણીય ઘાટ, બગીચા, ડુંગરો અને મંદિરો વચ્ચે આવેલું છે. સંધ્યાની સુંદરતા માણતાં અમે પાછા ફર્યા. લાઈટ એન્ડ સાઉન્ડ શોમાં વિશાળ જગ્યા હતી. એક બાજુ ખુરશીઓ સામે સીટી પેલેસની એક બાજુની પહોળાઈ આવી જાય એમાં વચ્ચે પેલેસનું દ્વાર અને આજુબાજુ કલાત્મક ઝરૂખા અને ઉપર પણ રૂમમાં આવેલી લાકડાની ફ્રેમોમાં લંબચોરસ રંગીન કાચ લગાડેલી બારીઓ ઉપર લાઇટિંગ કરેલું હતું. જુદા જુદા પ્રસંગોએ, જુદી જુદી જગ્યાએ, લાઈટનું ફોક્સ અને ઉદયપુરના ઇતિહાસના સંયોજનથી વાતાવરણ જીવંત થઈ ગયું. પન્નાધાઈનું રામ મંદિર, દીકરાનું બલિદાન, ઉદેપુરના રાજાને બચાવી લેવાનું સમર્પણ અને ચિતોડગઢની રાણી પદમીનીની વાત ખૂબ સુંદર રીતે વણી લેવામાં આવી છે. ત્યાં ખૂબ ઠંડી હતી. મારી તો દાઢી કડકડ થવા માંડેલી. શો પત્યો અને વંદનાબેન કહે જમી લઈએ. મેં કહ્યું મારાથી નહીં બેસાય. પણ રેસ્ટોરન્ટમાં હીટરના થાંભલા હતા, હૂંફાળું વાતાવરણ હતું અને એમાં વંદનાબેનની હૂંફનો ઉમેરો થયો. અમે જમી લીધું.

બીજો દિવસ થાય એટલે મારા માટે નવો દિવસ, નવી વાત, નવો ઉલ્લાસ. અમે તૈયાર થઈને પેકિંગ કરી લીધું અને અમે હોટલમાં નીચે આવ્યા. બ્રેકફાસ્ટ કરીને હોટલમાં લટાર મારી. ખુશનુમાં સવાર હતી. કુમળો તડકો હતો. વિશાળ જગ્યામાં લીલીછમ લોન અને રંગબેરંગી ફૂલોના છોડ જોઈને મન ખુશ થઈ ગયું. નીકળતી વખતે દેરાસર જવાનો રસ્તો પૂછી રાખેલો.

દેરાસર ઉદેપુર ગામમાં હતું. રસ્તા એટલા સાંકડા અને ગંદા હતા કે વિચાર આવે કે, પ્રથમ નંબરે આવતું, પ્રવાસનું આકર્ષણ ધરાવતા રાજસ્થાનના ગામડા આટલા પછાત કેમ હશે ? અત્યંત જર્જરીત મકાનો, પ્રાણીઓના પોદળા અને ઘરની બહારથી ગંદા પાણીની ખુલ્લી નીક જતી હતી. મારું મન દ્રવી ગયું. રસ્તો વટાવી અમે દેરાસરમાં ગયા. દેરાસર તો જેવું હોય તેવું જ હતું એકદમ ચોખ્ખું અને તીર્થંકરની હાજરીનો અનુભવ કરાવતું, પવિત્ર વાતાવરણ હતું. આગામી ચોવીસના પ્રથમ તીર્થંકર પદ્મનાભસ્વામી મૂળ નાયક ભગવાન હતા. ભારતમાં આગામી ચોવીસીના પ્રથમ તીર્થંકરનું આ એક માત્ર દેરાસર છે. બીજા મહાવીર સ્વામી અને શાંતિનાથ ભગવાન હતા. ત્યાં પેઢીમાંથી કહ્યું કે અહીં મહાવીર સ્વામીનું એક પ્રાચીન દેરાસર છે તેના દર્શન કરવા જેવા છે. આમ પણ અમારે ઉતાવળ હતી નહીં એટલે ત્યાં ગયા. દેરાસર ભગ્ન અવસ્થામાં હતું છતાંય ભવ્ય લાગતું હતું. અને મહાવીર સ્વામી ભગવાનની પ્રતિમા તો ભવ્યાતીભવ્ય

કહેવાય એવી હતી. ત્યાં થોડી ચહલ - પહલ હતી. કારણ કે ત્યાંથી થોડે જ દૂર પાર્શ્વનાથ ભગવાનનું આયડ તીર્થ થયું છે. અમે ગયા તે જ દિવસથી પોદસમના અષ્ટમ ચાલુ થતા હતા. મોટા આચાર્ય પધાર્યા હતા અને અમદાવાદ, સુરત, બરોદાથી બસો આવી હતી. પ્રાંગણમાં જ મોટી રંગોળી થતી હતી. ઉલ્લાસમય વાતાવરણ હતું. શ્રદ્ધા અને ભક્તિભાવથી દર્શન કરીને અમે રાણકપુર જવા નીકળી ગયા હતા. વચ્ચે કુંભલગઢ ઊભા રહેવાની ખૂબ ઇચ્છા હતી.

અમે બપોરે કુંભલગઢ પહોંચી ગયા હતા. 586 કિ.મી.માં પથરાયેલું આ સુંદર સ્થળ છે. રાજા કુંભાએ બનાવેલ અરવલ્લીની પર્વત માળામાં આવેલો કિલ્લો ઘણાં યુદ્ધોની સાક્ષી છે. આ કિલ્લામાં આવેલા મહેલની ઉપરના ભાગમાં પન્ના નામની દાસીએ બુંદીથી રાજકુમાર ઉદયસિંહને ગુપ્ત રીતે અહીં લાવીને સંતાડ્યો હતો. કિલ્લાની વિશિષ્ટતામાં તેની ગોળ ફરતી 36 કિ.મી. દીવાલ છે. તેના સાત દરવાજા છે. ઉપર ઘોડાઓ દોડી શકે તેવી પહોળી દીવાલ છે. ચીનની દીવાલ પછી કુંભલગઢની દીવાલનો વિશ્વમાં બીજો નંબર આવે છે. કિલ્લાની અંદર સંપ્રતિ મહારાજે (શ્રેણીક રાજાના પૌત્ર) બંધાયેલ જૈન દેરાસરો લગભગ ભગ્ન અવસ્થામાં છે. જુદા જુદા મુસ્લિમ રાજાઓ દ્વારા આ વારસો નષ્ટ થઈ ગયો છે. કાળી માતાના મંદિર સિવાય બધા જ જૈન દેરાસરોના અવશેષો છે. આ સ્થળને જોવાની અને જૈન પરંપરાનો ભવ્ય વારસો માણવાની મારી ખૂબ ઇચ્છા હતી જે આજે ફળી હતી. અહીં દોઢેક કલાક પસાર કરીને રાણકપુર જવા નીકળી ગયા હતા. 50 કિ.મીનું જ અંતર હતું.

અધી રસ્તો વટાવ્યા પછી જ જાણે રાણકપુરના સ્પંદનો ચાલુ થઈ જાય છે. 15 મી સદીમાં બંધાયેલા આ દેરાસરમાં આદિનાથ ભગવાનની ચૌમુખજી પ્રતિમાજીઓ જોઈને મન પ્રસન્ન થઈ જાય છે. આ દેરાસરને બંધાતા પચાસ વર્ષ કરતા પણ વધુ સમય લાગ્યો હતો. આ મંદિરની વિશાળતા અને ઊંચાઈને બાદ કરીએ તો પણ તેમાં જળવાયેલી સપ્રમાણતા અદ્ભુત છે. વિવિધ પ્રકારની કોતરણીથી શોભતા સંખ્યાબંધ સ્તંભો અને આકાશ સાથે વાતો કરતા શિખરો જોઈને મંત્રમુગ્ધ થઈ જવાય છે. દેરાસરમાં આદિનાથ ભગવાનની ચૌમુખજી ચારે ય દિશામાં 72 ઇંચની વિરાટ પ્રતિમાજીઓ છે. ચારેય દિશામાં વિશાળ રંગ મંડપ અને દ્વાર આવેલા છે. દેરાસરમાં દાખલ થતા જ મન શાંત થઈ જાય છે અને એકાગ્ર ચિત્તથી પરમાત્મા સાથે તાદમ્ય મેળવવાનો પ્રયત્ન કરે છે.

અમે સાંજે સાડા પાંચે રાણકપુર પહોંચી ગયા હતા અને સાડા વાગે ચોવિહાર કરીને દેરાસરમાં પહોંચી ગયા હતા. દેરાસર લગભગ ત્રણ માળ જેટલું ઊંચું છે. ઊંચા ઊંચા ચાલીસ પગથિયાં છે. દેરાસરની અંદર 1444 થાંભલા છે. અદ્ભુત કોતરણીવાળા આ થાંભલામાં કોઈપણ થાંભલા પાસે ઊભા રહો તો સીધું જ ભગવાનનું મુખ દેખાય એટલી સુંદર બાંધણી છે. ભમતીમાં ચોવીસ તીર્થંકરોની શિખરબંધી દેરીઓ આવેલી છે. વંદનાબેનને આરતીમાં ખૂબ શ્રદ્ધા છે. દેરાસરમાં ગભારાની જમણી અને ડાબી બાજુએ વિશાળ ઘંટ છે. અઢીસો (250 કિ.ગ્રામ) વજન ધરાવતા આ ઘંટને વગાડતા ઉત્પન્ન થતો ઓમકારનો રણકાર ત્રણ કિમીના ઘેરાવવામાં આવેલા ગામોમાં સંભળાય છે. આરતી સમયે બંને ઘંટો જોર જોરથી વાગતા હોય ત્યારે વાતાવરણ દિવ્ય બની જાય છે. વળી દેરાસરમાં ક્યાંય લાઈટ નથી. દીવાઓ જ થાય છે. વંદનાબેન આરતીનું ધી બોલ્યા હતા એટલે અમે આરતી ઉતારી હતી.

અહીં હાડ ધ્રુજાવતી ઠંડી હતી. વળી અંધારું પણ ખરું. ફાનસનું અજવાળું કેટલું હોય ? મને તો રાત્રે જરાય ઊંઘ આવી નહીં. એક તો ઠંડી કહે મારું કામ, બહાર નીરવ શાંતિ, ઘડિયાળનો ટક ટક અવાજ એટલો મોટો આવતો હતો કે બીક લાગવા માંડી. પાંસળી ધ્રુજી ધ્રુજીને દુખવા માંડી, દાંત કકડ થઈને થાકી ગયા. ઢીંચણ પણ સખત દુ:ખવા માંડ્યા. માંડ એક કલાક ઊંઘ આવી હશે. હું તો પોણા છ વાગ્યે (સવારે) ઊભી થઈ ગઈ અને લાઈટો ચાલુ કરીને રૂમમાં ઝડપથી ચાલવા માંડી. થોડો ગરમાવો તો આવે. સાત વાગે દવા લેવા બહાર પડેલી

બોટલમાંથી પાણી પીધું તો બરફ કરતાં પણ ઠંડું પાણી હતું. સાડા સાતે સહેજ અજવાળું થયું એટલે દેરાસરમાં ગઈ. ત્યાં જ બે નાના દેરાસર પણ છે. પાર્શ્વનાથ ભગવાનનું અને નેમીનાથ ભગવાનના ત્યાં પણ દર્શન કર્યા. થોડે દૂર સૂર્યમંદિર હતું. તેનું પ્રવેશદ્વાર દેરાસરના પરિસરમાં નથી, બહાર નીકળીને જવું પડે એટલે ના ગઈ.

દસ વાગ્યે અને તડકો બરાબર ચડ્યો પછી ગાડીમાં બેઠા એટલે હાશ થઈ. રાણકપુરથી નીકળીને મૂછાળા મહાવીર ગયા હતા. સુંદર દેરાસર હતું. તેનો પણ એક રસપ્રદ ઈતિહાસ છે. સદીઓ પહેલાંની વાત છે. કહેવાય છે કે એકવાર ઉદેપુરના મહારાજા ભગવાનના દર્શન કરવા આવ્યા અને દર્શન કરીને કપાળમાં કેસરનું તિલક કરવા જતા હતા ત્યારે કેસરની વાટકીમાં મૂછનો વાળ જોયો. એમણે મશ્કરી કરી કે આ ભગવાનને મૂછો લાગે છે. ત્યાં એક ભવિક ભક્ત બેઠા હતા તેમણે જવાબ આપ્યો કે, અમારા ભગવાન ગમે તે સમયે ગમે તે સ્વરૂપ ધારણ કરી શકે છે. રાજાએ ચેલેન્જ આપી કે ત્રણ દિવસમાં ભગવાનની મૂછો જોઈએ. ભક્તની ત્રણ દિવસની ધીર તપસ્યા અને ભાવનાથી તરબોળ ભક્તિ જોઈને ભગવાને મૂછાળા સ્વરૂપે દર્શન આપ્યા હતા. ત્યારથી આ તીર્થ મૂછાળા મહાવીર તરીકે ઓળખાય છે. ભગવાન મહાવીર સ્વામીની વિશાળ અને પ્રભાવક પ્રતિમાજી છે. નાનકડો ભૈરવજીનો ગોખ પણ છે.

ત્યાંથી નીકળીને અમે જમવાના સમયે પાલી પહોંચ્યા. નવું દેરાસર હતું. મને વલભીપુર યાદ આવી ગયું. પાલીતાણા જઈએ ત્યારે ત્યાં ઊભા રહેવાનું થાય છે. અહીં પણ નીચે ગુરુ મંદિર અને ઉપર દેરાસર હતું. અમે બહાર નીકળ્યા ત્યારે ભોજનશાળા બંધ થઈ ગઈ હતી. પણ રસોડામાં રસોઈ કરનાર ભાઈ તેના કુટુંબ સાથે ત્યાં જ રહેતો હતો. તેણે અમને ત્યાં જ બેસાડીને ઘણા ભાવથી જમાડ્યા. ત્યાંથી પાલીમાં જ એક નવલખા પાર્શ્વનાથનું પ્રાચીન દેરાસર છે ત્યાં ગયા હતા. આચાર્ય યશોવિજયના સમયનું એક હજાર વર્ષ જૂનું દેરાસર છે. નવલાખ રૂપિયા તે જમાનામાં થયા હતા એટલે નવલખા પાર્શ્વનાથ કહેવાય છે. પહેલાં મૂળનાથ મહાવીર સ્વામી હતા તેવો ઉલ્લેખ છે.

ત્યાંથી સાંજે પાંચ વાગ્યે જોધપુર પહોંચ્યા હતા. ત્યાં તાજ ગ્રુપની સુંદર હોટલ હરિ મહલ હતી. અમે ફ્રેશ થઈને નીચે આવ્યા. ખાસ્સું વહેલું હતું. જમવાની વાર હતી. હોટલની સામે જ બજાર હતું. અમે ત્યાં લટાર મારવા નીકળ્યા. બહુ નાનું શહેર હોય એમ લાગ્યું. આપણે અમદાવાદમાં નેશનલ હેન્ડલુમ સ્ટોર છે તેવા જ

બોર્ડ વાળી હારબંધ દુકાનો હતી. કઈ દુકાન ઓરીજનલ એ જ ખબર ના પડે. વળી વસ્તુઓના એટલા જંગ ખડકેલા કે ગાડીમાંથી ઉતરીને અંદર જવાનું જ મન ના થાય. બજારમાં એક આંટો મારી કલાકમાં હોટલ પર આવી ગયા.

બીજે દિવસે જલદી આંખ ખુલી ગઈ. તૈયાર થઈને હોટલમાં લટાર મારવા નીકળ્યા. રાજસ્થાનમાં બે જ માળની હોટલો હોય છે. સુંદર સજાવટ હતી. નીચે ફર્શ પર બધે જ લીલા રંગની કારપેટ હતી જેનાથી લોન પર ફરતા હોઈએ એમ લાગે. ફૂલોની ગોઠવણી જોવાલાયક હતી. દીવાલો ઉપર ટ્રેડિશનલ કપડાં પહેરેલી યુવાન સ્ત્રીઓના સુંદર અને ખૂબ મોટા પેન્ટિંગ હતા કે એને જોવામાં ખાસ્સો સમય વીતી ગયો. બ્રેકફાસ્ટ લઈને હોટલ તરફથી મળતી સીટી ટુરની સેવાનો લાભ લીધો હતો.

સૌ પ્રથમ ઉમેદ ભવન પેલેસ ગયા હતા. દિલ્હીના રાષ્ટ્રપતિ ભવનની નાની પ્રતિકૃતિ જેવી તેની બાંધણી છે. એને બંધાતા સોળ વરસ લાગ્યા હતા. પેલેસના વારસદારો અહીં જ પહેલે માળે રહે છે અને નીચે હોટલ કરી છે. આ પેલેસ બંધાતા સોળ વરસ લાગ્યા હતા. અહીં મ્યુઝીયમ જોવાલાયક છે. તેમાં અત્યારના સમયમાં અલભ્ય એવી ઘડિયાળો, ચિત્તાનો શિકાર કરીને જળવાયેલી ખાલ, અસંખ્ય ટ્રોફીઓ અને વર્ષો પહેલાના રાજવી કુટુંબના કપડાં, કોકરી અને વાસણો જાળવવામાં આવ્યા છે. ત્યાંથી મહેરાનગઢ ગયા હતા. આ કિલ્લો ઇ.સ. 1459માં બંધાયેલો હતો જે 125 મીટર ઊંચા પર્વત પર આવેલો છે. ઢાળ પર ચઢવાનું અને તેમાં અનેક મહેલો છે. મારાથી તો કોઈપણ સંજોગોમાં ચઢાય નહીં. પણ લીફ્ટની સગવડ હતી. સુંદર જગ્યા હતી. મ્યુઝીયમ જોયું, શીશ મહલ, દોલતખાના જોયું. ત્યાં એક નાનકડો ગોળાકાર ઝરૂખો હતો. ત્યાંથી આખું શહેર દેખાતું હતું. બધા ઘરોની અગાસીઓ બ્લુ રંગથી રંગેલી હતી. જેવી રીતે જયપુર પિંક સીટી કહેવાય છે તેવી રીતે જોધપુર બ્લુ સીટી તરીકે ઓળખાય છે. આ સિવાય ત્યાં સોવેનિયર જેવી વસ્તુઓ, બંગડીઓ, બાંધણીની સાડીઓ, ચાદરો, ડ્રેસ મટિરીયલ, મોજડી એમ જાત જાતનું મળતું હતું.

ત્યાંથી એક મેમોરિયલ જોવા ગયા હતા. તાજ જેવું લાગતું હતું. ગાઈડે કહ્યું, જેમ શાહજહાંએ બેગમ મુમતાઝની યાદમાં તાજમહેલ બંધાવ્યો છે તેમ જોધપુરના એક રાણીએ તેમના પતિની યાદમાં આ બંધાવ્યો છે. ઇમારત તો સુંદર જ હતી પણ મને વિચાર આવ્યો કે આનું સ્થાપત્ય મુસ્લિમ સ્થાપત્ય જેવું કેમ હશે ? (મકબરો) પછી મને ખ્યાલ આવ્યો કે આપણે અમદાવાદમાં સરખેજ રોજા જોવા

જઈએ એટલે ગાઈડ અંદરની કોતરણી બતાવતા હોય ત્યારે અમુક બાંધણીઓ જૈન દેરાસરોમાં હોય એવી જ હોય છે. તે સમયના કારીગરો હિંદુ-મુસ્લિમ બધા ભેગા હશે અને ચોક્કસ પ્રકારની બાંધણી કરતા હશે.

બીજે દિવસે વહેલા ઊઠીને તૈયાર થઈ ઓસિયાજી માતાના મંદિરે જવા નીકળી ગયા હતા. સાંજ સુધીમાં જેસલમેર પહોંચી જવું હતું. ઓશવાળ જ્ઞાતિના કુળદેવી ઓસિયા માતાનું મંદિર ખૂબ ખ્યાતિ પામેલું છે. અહીં આઠમી સદીમાં બંધાયેલા અદ્ભુત કોતરણીવાળા પંદર મંદિરો છે. તેમાં આ જૈન મંદિર અને એક સૂર્યમંદિર સૌથી સુંદર છે. સૂર્ય મંદિરમાં સૂર્યાસ્ત જોવાનો લહાવો માણી શકાય. ઓસિયા માતાનું મંદિર બધાથી ઉપર આવેલું છે. લગભગ 133 પગથિયાં ચઢવાના છે. હું ધીમે ધીમે ચડી ગઈ હતી. સદીઓ પહેલાં આ મંદિર ચામુંડા માતાના મંદિર તરીકે ઓળખાતું હતું. ત્યાં ખૂબ ચમત્કારો થતા હતા. નવરાત્રીમાં ભેંસ અને બીજા પ્રાણીઓનો ભોગ અપાતો હતો. જૈન મુનિ આચાર્ય શ્રી રત્નપ્રભસૂરિએ વાંધો લીધો. તેઓ ઉપવાસ પર ઉતર્યા. ચામુંડામાતા પ્રગટ થયા અને આચાર્યને વચન આપ્યું કે હવેથી ભોગ નહીં લે, લાલ ફૂલ પણ નહીં અને ફક્ત લાપસી જ સ્વીકારશે. પછી આચાર્યે નામ બદલીને સચ્ચી માતા નામ આપ્યું. જે અત્યારે ઓસિયા માતા તરીકે ઓળખાય છે. ત્યાંથી નીચે ઉતરીને મંદિરના પાછળના ભાગમાં જ દેરાસર હતું. પ્રાચીન ભવ્ય દેરાસરમાં મૂળનાયક મહાવીર સ્વામી હતા. ત્યાં દર્શન કરીને ભોજનશાળામાં જમી લીધું અને જેસલમેર જવા નીકળી ગયા હતા.

ગાડી દોડતી હતી. દોડતી ગાડીમાં આગળ નજર કરીએ એટલે અંતહીન સપાટ રસ્તા.... રણ એટલે આભાસ. રણ એટલે ખાલીપો.... બેઉ બાજુ સુકું રણ. જીવન પણ આમ જ દોડતું રહે છે પણ હંમેશાં બે બાજુ રણ નથી હોતું. સમયચક્ર બદલાય એમ રંગો પણ બદલાય છે. કોઈવાર લીલીછમ હરિયાળી અને કોઈવાર રણ. એકવાર અભાવ માણતા આવડી જાય એટલે રણ અનુભવાતું નથી. ઉદેપુરમાં શેરેટોન બે માળની હતી. અહીં હરિ મહલ પણ બે માળની છે. ત્યાંથી પોખરણ આવ્યું પછી જેસલમેર સુધી અસંખ્ય પવનચક્કીઓ હતી. ઊર્જા મેળવવાના સ્રોત તરીકે પવનચક્કીના ઉદ્યોગનો ખાસ્સો વિકાસ થયો છે તેવું મને આ પવનચક્કીઓ જોઈને લાગ્યું. ગાડી તો દોડતી જ રહી... દોડતી જ રહી. મને તો અધીરાઈ આવી ગઈ. પણ... જેસલમેરમાં પ્રવેશ કરી લીધા પછી પણ અમારી હોટેલ 35 કિ.મી. દૂર હતી. સેન્ડ્યુલ્સ પાસે. છેવટે પહોંચી ગયા. હોટલનું નામ

સૂર્યગઢ હતું. નામ પ્રમાણે હોટલ હતી કે ગઢ તમે નક્કી ના કરી શકો.

એક જ માળની હોટલ હતી. તમે વિશાળ દરવાજામાં પ્રવેશ કરો એટલે દૂર દાદર (સીડી) પર તમારી નજર જાય. દાદરની બંને બાજુ ઉપરથી પાણી વહી રહ્યું હતું. વચ્ચે આશરે દસ મીટર પહોળા પગથિયા હતા. તે પગથિયાંની બરાબર વચમાં એક શરણાઈવાળો બેઠો હતો. એનો સાફો (પાઘડી) અફલાતૂન હતો. તે ભાઈ ખૂબ પાતળો હતો અને તેના મોઢાની ડબલ સાઈઝનો માથે ફેંટો હતો. શરણાઈના મંદ મંદ સૂર રેલાવતો હતો. વિશાળ ચોરસ ચોક હતો. અને સાઈડમાં રિસેપ્શન કાઉન્ટર, રેસ્ટોરન્ટ,સ્વિમિંગપૂલ, જીમ વગેરે જાત જાતના મોટા ઓરડાઓ હતા. અને ત્યાં જ ઉપર જવાની લીફ્ટ ! એ પણ લાલ કાર્પેટથી સજ્જ અને બાદશાહી ઠાઠવાળી બેઠક અને આયનો ધરાવતી હતી. આજે ખાસ્સી લાંબી મુસાફરી થઈ હતી.

બીજે દિવસે સવારે બ્રેકફાસ્ટ લેવા નીચે ગયા ત્યારે શરણાઈવાળાની જગ્યાએ એક જાદુગર કિશોર ઊભો હતો. માંડ ચૌદ-પંદર વર્ષનો હશે. સરસ જાદુ કરતો હતો. એની ઉંમર નહોતી છતાંય મને ખૂબ ગમ્યું. એક કલાકાર પિતાનો પુત્ર પિતા સાથે જોડાય તો તે કળા ચિરંજીવ બની રહે છે. બાકી અત્યારે તો જાદુગરો, પપેટ શો કરવાવાળા કે અમુક હુન્નરવાળા પોતાના સંતાનોને ધંધામાં લાવવા માંગતા નથી. પરિણામે કળાઓ લુપ્ત થતી જાય છે. અમે દસ વાગ્યે બ્રેકફાસ્ટ લઈને બહાર નીકળ્યા ત્યારે ગાડી તો અમારી હતી પણ ગાઈડ હોટલનો હતો. સૌથી પહેલાં અમે ગઢ જોવા ગયા. જેસલમેર ગોલ્ડન સીટી કહેવાય છે. અહીં રેતી પીળી, પથ્થરો પીળા, હવેલીઓ, ગઢ બધું જ પીળા પથ્થરનું બનેલું છે. જ્યારે સૂર્યાસ્ત થાય ત્યારે આખું શહેર સોનાના શહેરમાં ફેરવાઈ જાય છે. જેસલમેર ગઢ તેનાં કલામય જિન ભવનો, હસ્તલિખિત જૈન ગ્રંથ ભંડારો અને જાળી-ઝરુખાની બારીક અને કમનીય નકશી ધરાવતી વિશાળ અને રમણીય હવેલીઓના કારણે જગ વિખ્યાત બની ગયું છે. જેસલમેરમાં જૈન મંદિરના સમૂહમાં કુલ છ મંદિરો બનેલા છે. ઈ.સ. 1207માં ઉજ્જડ થઈ ગયેલા લોદ્રવામાંથી આચાર્ય જિનપતિસૂરિ પાર્શ્વનાથ ભગવાનની પ્રતિમાને અહીં લાવેલા. દેરાસરોનું નિર્માણ કાર્ય વર્ષો સુધી ચાલેલું. પાર્શ્વનાથ, આદેશ્વર અને સંભવનાથ મૂળ નાયક છે. તે ઉપરાંત 6,667 પ્રતિમાજીઓ છે. અમે ગઢમાં બધા જ દેરાસરોમાં ગયા હતા. આ દેરાસરોના પગથિયાં ખૂબ ઊંચા અને ઘસાઈ ગયેલા છે. કહેવાય છે ત્યાંનાં એક દેરાસરમાં 17 કિ.મી. લાંબી ટનલ છે જે લોદ્રવાના દેરાસરમાં નીકળે છે. દર્શન કરીને ગઢની નીચે ઉતર્યા ત્યાં નાનકડું

બજાર જેવું હતું. હું એક દુકાનમાંથી સ્ટુલ માંગીને થોડીવાર બેઠી હતી. વંદનાબેને થોડી ખરીદી કરી હતી પછી મ્યુઝિયમ જોવા ગયા હતા. એક ભાઈએ પોતાના ઘરમાં આખું ભારત ફરીને જાતજાતની વસ્તુઓનું કલેક્શન કર્યું હતું. નાની મોટી મૂર્તિઓ, જૂની પેન્સિલો અને ડાયરીઓ.... વિચારી ના શકીએ એવી ભેટ આપવા લાયક વસ્તુઓ હતી. જોઈને બહાર નીકળ્યા ત્યારે બપોરના અઢી વાગી ગયા હતા. એક સાદી રેસ્ટોરન્ટમાં રાજસ્થાનની થાળી જમી લીધી હતી. ત્યારબાદ બહાર નીકળીને 17 કિમી દૂર આવેલા લોદ્રવા પાશ્નાથના દર્શન કરવા ગયા હતા. રસ્તામાં રાજવી પરિવારના સભ્યો માટે બાંધેલું સ્મશાન ગૃહ આવ્યું. ત્યાં ઉતર્યા હતાં તે મકાનની કોતરણી બેનમુન હતી. શબ્દ પ્રયોગ કરીએ છીએ ને, સુખડનાં લાકડે બળે તેમાંનો છે. મર્યા પછી પણ ઠાઠ ! ત્યાંથી એક સુંદર તળાવ જોવા ગયા હતા. જ્યારે લોદ્રવા પાર્શ્વનાથ પહોંચ્યા ત્યારે સાંજ પડી ચૂકી હતી. લોદ્રવા પાર્શ્વનાથ 12મી સદીમાં બંધાયેલું ભવ્ય મંદિર છે. પીળા પથ્થરોમાંથી બનેલું આ દેરાસર તેનાં દરવાજા સહિત પીળા પથ્થરમાં કોતરણી કરેલું છે. દેરાસરની બહાર એક બખોલ જેવું છે. તેમાં નાગ રહે છે અને બહાર કટોરામાં દૂધ મૂક્યું હોય તો પી જાય છે તેવી વાયકા છે. ચોગાનમાં કલ્પવૃક્ષની બાંધણી ખૂબ જ કલાત્મક રીતે કરેલી છે. તેની સાથે સાથે મંદિરમાં જવાના દ્વારની તોરણ જેવી કમાનો પણ અદ્વિતીય છે. જૈન સિવાયના પ્રવાસીઓ માટે પણ આકર્ષણનું કેન્દ્ર છે. અમે હોટલ પહોંચ્યા ત્યારે અંધારું થઈ ગયું હતું.

આજે અમે ડેઝર્ટ સફારીમાં જવાના હતા અને એક રાત ત્યાં રહેવાના હતા. સવારે ક્ષણાં તડકામાં આખી સૂર્યગઢ હોટલમાં ફર્યા હતાં. ત્યાંનાં બગીચાઓ, પાર્કિંગ પ્લોટ, જેટલી જેટલી જગ્યાઓ હતી બધે જ લટાર મારી હતી. હોટલ પણ પીળી અને સૂર્યનો તડકો પણ પીળો, જાણે સોનાની નગરીમાં ફરતા હોય એમ લાગ્યું. બપોર થવા આવી એટલે રાજસ્થાન ડેઝર્ટ સફારી જવા નીકળ્યા. જેસલમેર આવીએ એટલે રણમાં એક રાત રહેવાનો અને રેતીના પિરામિડો વચ્ચે સમય પસાર કરવાનો એક લહાવો છે. રણની વચ્ચે આવા કેમ્પ ઊભા કરેલા છે. તેમાં ટેન્ટ બાંધેલા હોય છે. બારણું પણ હોય નહીં. બધું જ કપડાનું. અંદર એક ટેબલ, બે ખુરશી હોય, પલંગ હોય, પાછળ મોટું વોશ બેઝિન થાળા જેવું હોય અને એમાં પાતળી પાઇપથી શાવર ગોઠવેલું હોય. કમોડ છૂટું અને વોશ બેઝિન પણ છૂટું. રાત્રે કેમ્પ ફાયર થાય. નૃત્ય હોય, સંગીતનો જલસો અને ખાવાનું પિરસાતું હોય. આવી મિજબાનીઓ વર્ષો પહેલાં મહારાજાઓ ખાસ કરીને મોગલ શહેનશાહ બાબરના જમાનાના ઇતિહાસમાં મળી આવે છે. પાછળથી જહાંગીરે પ્રવાસન સ્વરૂપ આનંદ માટે વિકસાવ્યું. જ્યારે તે કાશ્મીર જતો ત્યારે આવી

મિજબાનીઓ ગોઠવતો. રાજસ્થાનના રાજાઓએ પણ આ પરંપરા અપનાવી અને આજે રાજસ્થાનના પ્રવાસનું મુખ્ય આકર્ષણ રહ્યું છે. પાંચ વાગ્યાથી પ્રોગ્રામ ચાલુ થવાનો હતો અને અમે ભર બપોરે પહોંચી ગયા હતા. અમે ગાડીમાં આંટો મારવા નીકળ્યા. નજર નાખો ત્યાં રણ. આવા વેરાન રણના અંતરિયાળ વિસ્તારમાં વચ્ચે એક મીઠા પાણીનો ફ્વો હતો. ફ્વાની આજુબાજુ નાનકડું ગામ વસેલું હતું. જીવન જરૂરિયાતની વસ્તુઓની એક બે દુકાનો હતી. આ ગામમાં વસતા લોકોનું કઠણ જીવન જોઈને મને વિચાર આવ્યો કે, એમની દુનિયા આટલી જ હશે ? બહારની દુનિયા એમણે જોઈ હશે ? અમે ફરીને પાછા આવ્યા ત્યારે પાંચ વાગ્યા હતા અને લોકોની ચહલ-પહલ પર શરૂ થઈ ગઈ હતી.

ઊટગાડીની સફર યાદગાર રહી. આપણે ફિલ્મોમાં જોઈએ છીએ તેવી રીતે અસંખ્ય ઊટોની વણઝાર અને તેના ઉપર બેઠેલા પ્રવાસીઓની લાંબી લાઈન હતી. દ્રશ્ય ઘણું નયનરમ્ય હતું. લાઈનમાં બધું જ રણ તરફ જતું હતું. સહેજ વળાંક આવે એટલે તો એવું સુંદર લાગે કે જાણે આપણે વણઝારા કોમનો એક ભાગ હોઈએ. ખાસ્સા આગળ જઈને અમને ઉતાર્યા અને કહ્યું અહીંયાં ફરી શકો છો. સૂર્યાસ્ત જોઈને પાછા જવાનું છે. વંદનાબેન તો ખુશ થઈ ગયા. તેમને બહુ મજા આવતી હતી. જ્યાં નજર કરો ત્યાં રેતનાં ડુંગરો. બેસીએ એટલે સરકી

પડાય. વંદનાબેન કહે બેસી જા, જરાય વાંધો નહીં આવે. લપસતા લપસતા ઊભા થઈ જવાશે. પણ હું મારા બદલાવેલા ઢીંચણના લીધે બેઠી નહીં. ઊભા ઊભા જ લોકોના આનંદ અને મસ્તી માણ્યા. વાતાવરણ રંગબેરંગી વસ્ત્રોથી શોભતું હતું. ઊંટો પણ જાણે રાજવી ઠાઠવાળા લાગતા હતા. તેમના માલિકો, થોડી રાજસ્થાની સ્ત્રીઓ બધું જ કુદરતની લાલીમાં એવું તો અદ્ભુત લાગતું હતું કે વાત જ ના પૂછો. રાજસ્થાનમાં સાંભળી સાંભળીને હ્રદયસ્થ થઈ ગયેલું ગીત "કેસરિયા બાલમ... પધારો મારે દેશ રે..." રાજસ્થાની સ્ત્રીઓના કંઠમાંથી રેલાઈને વાતાવરણમાં ભળી રહ્યું હતું. રાજસ્થાની સ્ત્રીઓ તેમના ભાતીગળ રંગબેરંગી પહેરવેશમાં એટલી સુંદર લાગતી હતી ! જો કે અડધું મોઢું તો ઢાંકેલું હતું. રાજેન્દ્ર શાહની પંક્તિ યાદ આવી ગઈ. "બીજને ઝરુખડે ઝૂકીની પૂર્ણિમા, ઝાઝેરો ધુમટો તાણી." થોડીવારમાં સૂર્યાસ્ત થયો અને અમે પાછા ફર્યા.

કેમ્પમાં પાછા ફર્યા ત્યારે પ્રોગ્રામ શરૂ થઈ ગયો હતો. વિશાળ જગ્યાની ગોળ ફરતે વાંસના ફૂંડા મુકેલા હતા. તાપણા ઠેર ઠેર કરેલા હતા. બેસવાનું ગમે તેવું હૂંફાળું વાતાવરણ હતું. થમ્સ અપ, સીંગ, પાપડ અને મેથીના ભજિયા સર્વ થતા હતા. અમે લગભગ દસ વાગ્યા સુધી બેઠા. પછી જમવા ગયા પણ જમવાનું ઠંડું હતું, મજા આવી નહીં. અમે ટેન્ટમાં જતા રહ્યા. ટેન્ટમાં ગયા પછી વિચારતા હતા કે ટેન્ટમાં રોકાવાનો નિર્ણય સાચો હતો કે ખોટો ? ખરેખર તો કાકા સાહેબ પ્રવાસને અગવડ વેઠવાની બાદશાહી ઢબ કહે છે. પણ અહીં તો અગવડનું નામ આવે એટલે જ હાય હોય થઈ જાય. પછી શાંતિથી વિચાર્યું તો ભર બપોરે રણમાં આવી ચડેલા પણ ટેન્ટમાં બેસીને કોફી પીધી ત્યારે પરસેવો થયો નહોતો. રાત્રે ટેન્ટમાં આવ્યા ત્યારે બહાર જેટલી ઠંડી લાગતી નહોતી. આ ટેન્ટ એવા કાપડ બંધાય છે કે બપોરે ગરમીના લાગે અને રાત્રે ઠંડી ના લાગે. સાંસ્કૃતિક કાર્યક્રમ પણ સુંદર હતો. બધાથી ઉપર, અહીં આવ્યા વગર ઊંટગાડીનો, રણની સહેલગાડીનો અનુભવ કેવી રીતે અનુભવ્યો હોત? સવારે ઊઠ્યા ત્યારે ગરમ પાણી આવતું હતું. અમે નાહી લીધું અને બ્રેકફાસ્ટ લઈને સવારે સાડા સાત વાગ્યે બહાર આવી ગયા હતા. આજે મને ઘર યાદ આવી ગયું હતું.

મેં વંદનાબેનને કહ્યું આજે આપણે નાકોડાજી થઈને સીધા અમદાવાદ જ જતા રહીશું. પણ સવારથી જ મોડું થયું; અમારી ડ્રાઇવર ઊંઘી ગયો હતો. અમારા બહાર આવ્યા પછી કલાકે બહાર આવ્યો.

જેસલમેરથી નાકોડાજીનો રસ્તો બહુ લાંબો છે. બારમેર જિલ્લામાં આવેલું

નાકોડાજીનું દેરાસર અદ્ભુત છે. ત્યાં નાકોડા પાર્શ્વનાથની પ્રતિભા શ્યામ રંગના કમળના આકારમાં બિરાજમાન છે. ત્યાં જ શાંતિનાથ અને ઋષભદેવના પણ દેરાસરો છે. અહીં નાકોડા ભૈરવનું ખૂબ મહત્ત્વ છે. ઈ.સ. 1429માં જૈન આચાર્ય કીર્તિરત્નજીએ આ ચમત્કારીક અને અલૌકિક નાકોડા ભૈરવને ગભારાની બહાર ડાબી બાજુ પ્રતિષ્ઠા કરી ત્યારથી આ તીર્થનું ખૂબ મહત્ત્વ વધી ગયું છે. લગભગ અઢી કલાક ત્યાં પસાર કરી ભોજનશાળામાં જમીને અમે નીકળ્યા.

નાકોડાજીથી નીકળ્યા ત્યારે જરાય ખ્યાલ નહીં કે છેક સુધીનો રસ્તો તૂટેલો હશે. માંડ માંડ ભીનમાલ પહોંચ્યા ત્યારે સૂર્યાસ્ત થઈ ગયો હતો. ભોજનશાળા બંધ થઈ ગઈ હતી. બહાર વીશી જેવું હતું ત્યાં જમ્યા, પણ જરાય ઠેકાણાં હતા નહીં. મારી ઇચ્છા ઘેર પહોંચી જવાની હતી પણ મોડું થઈ ગયું હતું અને ચાર - પાંચ કલાકનો રસ્તો હતો એટલે ફરજિયાત રહી જવું પડ્યું. મને રડવું આવી ગયું. સામાન રૂમમાં મૂકી દેરાસરમાં ગયા. અવર્ણનીય પવિત્રતાથી ભરેલું પરમ શાંતિનો અનુભવ કરાવતું અદ્ભુત દેરાસર હતું. વંદનાબેન આરતીનું ધી બોલ્યા અને અમે આરતી ઉતારી હતી. મૂળનાયક લક્ષ્મીવલ્લભ પાર્શ્વનાથની અલૌકિક પ્રતિમા હતી. મને તો બહાર જવાનું મન ના થાય એટલી મગ્ન થઈ ગઈ હતી. આ ભવ્યાતિભવ્ય 72 જિનાલયની પ્રતિષ્ઠા ઈ.સ. 2010માં થઈ છે. આ તીર્થનું નિર્માણ 100 વીઘા જમીન પર થયું છે. એક જ કુટુંબ (લુકડ પરિવાર) દ્વારા બંધાયેલા આ તીર્થ ભારતમાં પ્રથમ છે. આ તીર્થની વિશેષતા એ છે કે શ્રી યંત્ર રેખા પર બનેલું હોવાથી ફક્ત દર્શન કરવાથી લક્ષ્મી પ્રાપ્ત થવાના સંજોગો ઊભા થાય છે. રાણકપુર પછી આ પહેલું દેરાસર છે જેમાં કાળજી લીધી છે કે જ્યાં ઊભા હોઈએ ત્યાંથી ભગવાનના દર્શન થાય અને થાંભલો નડે નહીં. ધર્મશાળામાં આવીને સૂઈ ગઈ ત્યારે મનોમન હાથ જોડાઈ ગયા કે ઈશ્વરની ઇચ્છા વગર હું દર્શન પામી શકી ના હોત.

સવારે વહેલા ઊઠી દેરાસરમાં દર્શન કરીને નીકળી ગયા હતા. નોકારસીની રાહ જોઈ નહોતી. દાંતીવાડા શાંતિનાથના પ્રાચીન દેરાસરમાં દર્શન કરી પાલનપુર ચા માટે રોકાયા હતા. આગળ મહેસાણાના દેરાસર થઈને ત્રિનેત્ર મંદિર ગયા હતા. બપોરે અઢી વાગ્યે ઘેર પહોંચી ગયા હતા.

3
પાલીતાણાની યાત્રા

આ અનુભૂતિ મારી એકલીની જ નહીં પણ પાલીતાણાની યાત્રા કરતાં તમામ લોકોની છે. બાળપણથી અનેક યાત્રાઓ પાલીતાણાની કરી છે એમ કહી શકાય. પાલીતાણાને સમયે સમયે બદલાતું અને વિસ્તરતું જોયું છે. પાલીતાણામાં પ્રવેશ કરતાની સાથે જ મન પરથી ભૌતિક આવરણો ખસી જાય છે અને આત્માનું સંધાન પરમાત્મા સાથે થવા માંડે છે. અનેક યાત્રાઓ કરી હશે છતાં જ્યારે પણ અહીં આવું ત્યારે એમ જ થાય કે, હું અહીંથી બહાર ગઈ જ નથી. પાલીતાણા ગામમાં પ્રવેશ કરીએ ત્યાંથી તળેટી પાસે આવેલા કુટુંબના ટ્રસ્ટના બંગલા સુધીનો સાંકડો એક જ રસ્તો છે. જ્યાં જ્યાં નજર કરું ત્યાં દેરાસરો, ધર્મશાળાઓ, સ્થાનિક લોકોની ચહલપહલ બધું યથાવત્ છે. ફરક એટલો પડ્યો છે કે સમય જતા બધું ભરચક થઈ ગયું છે. વર્ષો પહેલાં તો દૂરથી જ તળેટીના દર્શન થાય પણ અત્યારે તો એક તો તળેટીને અડીને જ ધર્મશાળાઓ બંધાઈ ગઈ છે. અરે, તળેટી આગળ પણ એટલું મોટું પ્રવેશદ્વાર બની બની ગયું છે કે, તળેટી જ ઢંકાઈ જાય છે. એનાથી ભવ્યતા તો વધે પણ પવિત્રતાના તરંગો જે મોકળાશથી વાતાવરણમાં ફરતા હોય તેમાં અવરોધ ના પડે? એવો વિચાર ધર્મધુરંધર જ્ઞાની ગુરુઓને કેમ નહીં આવતો હોય?

સવારે નીકળીએ એટલે સાડા ત્રણ - ચાર કલાકમાં પહોંચી જવાય. બંગલામાં પ્રવેશ કરું એટલે તરત જ સામેના દેરાસરમાંથી જાણે સાદ પડે. અહીં આવીને સૌથી પહેલું કામ સામે દર્શન કરવા જવાનું કરું. સામેના નાનકડાં દેરાસરમાં વાસુપૂજ્ય સ્વામી બિરાજમાન છે. ખૂબ સુંદર દેરાસર છે. અહીં સાધ્વીજી મહારાજ સિવાય ભાગ્યે જ કોઈ હોય. એટલે પરમ શાંતિનો અનુભવ થાય.

શ્રી શંત્રુજય સિદ્ધક્ષેત્ર, દીઠે દુર્ગતિ વારે;
ભાવ ધરીને જે ચઢે, તેને ભવપાર ઉતારે.

બીજે દિવસે સવારે ઉઠતાની સાથે જ તળેટી પર મન પહોંચી ગયું. ઉપર ચઢવાનું શરૂ કરતાંની સાથે જ ભાવયાત્રા પણ શરૂ થાય. પહેલાં તળેટીના દર્શન કરવાના. તળેટીનો ખૂબ મહિમા છે.

અહીં તીર્થંકર ભગવંતોના પગલાં છે. અષાઢ સુદ ચૌદસથી કારતક સુદ ચૌદસ સુધી ચોમાસુ ગણાય છે. ચોમાસુ એટલે ધર્મની આરાધનાના દિવસો

ગણાય. ત્યારે ડુંગર પર યાત્રા થતી નથી. અહીં ચોમાસાની આરાધના કરવા આચાર્ય ભગવંતો અને શ્રાવક-શ્રાવિકાઓ ઉમટી પડે છે. ત્યારે તો તળેટીની જ પૂજા કરવાની. વળી જે લોકો ગિરિરાજની યાત્રા નથી કરી શકતા એ લોકો તળેટીની પૂજા કરે તો પણ એટલું જ ફળ મળે છે. એટલે શ્રી જય તળેટી કહેવાય છે. ઉપર ચઢવાનું શરૂ કરીએ એટલે 120 પગથિયાં ઉપર ડાબી બાજુ બાબુનું દેરાસર અને જમણી બાજુ સમોવસરણ દેરાસર આવે. અહીં હું બીજા દિવસે વહેલી ઉઠીને જતી હોઉં છું. અત્યારે તો મન સીધું દાદાના દરબારમાં જ પહોંચી ગયું હોય.

ગિરિરાજ ઉપર કહેવાય છે કાંકરે કાંકરે અનંત આત્માઓ મોક્ષ પામ્યા છે એટલો પવિત્ર આ પહાડ છે. જેમ જેમ ઉપર આગળ વધુ છું તેમ તેમ નીચેની દુનિયાનો સંપર્ક કપાતો જાય છે. આકાશ સાથે નિકટતા વધતી જાય છે. પહાડ ચીરીને બનાવેલા પગથિયાં જાણે ઉપર આભમાં જઈને અટકશે એવું લાગે છે. ડોલીમાં પહાડ પરનું સૌંદર્ય, નીચે ધરા અને નિકટ આવતું વિરાટ આકાશ મનને મૌન બનાવી દે છે. અહીં કોઈ અપેક્ષા નથી, કોઈ ફરિયાદ નથી કેવળ ભક્તિ છે. જેવો શિખર પ્રવેશ થાય છે તેવું જ વાસ્તવિકતામાં આવી જવાય છે. ડોલીવાળા નીચે ઉતારે એટલે જાણે સ્વર્ગમાં આવી ગઈ હોઉં તેમ લાગે છે. ડોલીવાળાનું વિરામસ્થાન એટલે જાણે પ્રવેશદ્વારનો રંગ મંડપ! થોડા પગથિયાં ચઢીને ઘડીક ઊભી રહું. કલાપીની પંક્તિ યાદ આવી જાય. "જ્યાં જ્યાં નજર મારી ઠરે, યાદી

ભરી છે આપની." એવી રીતે મારા માટે જ્યાં જ્યાં નજર મારી ફરે, હાજરી છે પરમાત્માની. જાણે ડુંગર ઉપર ઊભું થયેલું દેરાસરોનું નગર અને એમાં વસતા અસંખ્ય તીર્થંકર ભગવંતોની હું અતિથિ. કેટલું મોટું સદભાગ્ય !

આજ અહોભાવ સાથે મોટી ટૂંકમાં પ્રવેશ થઈ જાય જેને દાદાનો દરબાર કહે છે. ત્યાં તો પાછું તરત ના પહોંચાય. કેટલાય કોઠા અભિમન્યુની જેમ પાર કરવા પડે. સૌ પ્રથમ શાંતિનાથ ભગવાનનું દેરાસર આવે. પહેલા ત્યાં દર્શન કરવાના. પછી આગળ વધુ એટલે ડાબી બાજુ ચક્રેશ્વરી, વાઘેશ્વરી (સરસ્વતી), કવડજક્ષની દેરીઓ આવે પછી પાપપુણ્યની બારી. દરેકનો આગવો ઇતિહાસ છે. તેનાથી પણ આગળ વધીએ એટલે ડાબી બાજુ કેસર-સુખડની ઓરડી અને ન્હાવાની રૂમો આવે. ત્યાં જ દાદાની પૂજા કરવાના પાસ વહેંચાતા હોય. જૂદા જૂદા ચાર કલરના પાસ હોય છે. આદેશ્વરદાદાને પૂજા કરવા માટે થતા ધસારાને પહોંચી વળવા માટે પાસ સિસ્ટમ રાખી છે. જમણી બાજુ ફૂલોવાળા બૂમો મારતાં હોય. ગુલાબ જ ગુલાબ ! જાણે નાના નાના ડુંગરો જ જોઈ લો. પાલીતાણામાં બહુ જ ગુલાબ થાય છે. અહીંનો ગુલકંદ વિશ્વવિખ્યાત છે. ન્હાઈને પૂજાના કપડા, કેસર-સુખડની વાટકીઓ અને ફૂલોનો થાળ લઈને અંદર પ્રવેશ કરું ત્યારે રોમ રોમ મહેકી ઉઠે. તન પણ શુદ્ધ અને મન પણ શુદ્ધ. પ્રવેશ કરતાં જ દાદાના દર્શન દૂરથી થઈ જાય. મનમાં સ્તવનની પંક્તિ આવી જાય. "હું તો પૂજાદ્રવ્ય લઈ ચાલી... પ્રભુના ગુણ ગાતી..."

અહીં ભીડ તો કાયમ જ રહે છે. પહેલાં તો ભીડનો અહેસાસ પણ થતો નહીં. અર્જુનના લક્ષ્યની જેમ એક જ લક્ષ્ય હોય દાદાની પૂજા. પણ હવે તો ભીડને જોઈને થાક લાગે છે કારણ કે ઊભા રહેવાતું નથી. પૂજાની લાઇનમાં ઊભેલા ભાવિકો એટલી સુંદર સ્તુતિઓ ગાતા હોય છે કે ભાવવિભોર થઈ જવાય છે. તેમાં હું ખોવાઈ જાઉં છું. મને પણ મોટેથી ગાવાનું મન થઈ જાય છે પણ અવાજ નીકળતો નથી. આખું અસ્તિત્વ ભક્તિરસમાં ઓગળીને ઓતપ્રોત થઈ જાય છે. મોટેથી ગવાતી સ્તુતિઓમાં છેલ્લા જ શબ્દો. "મારા પ્રભુ અરિહંતને પંચાગભાવે હું નમું." મનમાં ઘંટના ઘંટારવની જેમ ફરી વળે છે. ધીમે ધીમે આગળ વધી. છેવટે પૂજા, સ્પર્શના, ફૂલો અને આંગી ચઢી જાય અને દાદાનુ દેદીપ્યમાન સ્વરૂપ ઝળાહળા થઈ જાય એટલે બહાર નીકળી જાઉં. મન તો એટલું શાંત થઈ ગયું હોય.

મુખ્ય કામ પતી ગયા પછી બહાર પણ એટલું જ સુંદર, પવિત્ર અને ખુલ્લું

વાતાવરણ છે. ઉપર નજર કરીએ એટલે જાણે વાદળા વાતો કરવા બોલાવતા હોય એવું લાગે. મુખ્ય દેરાસરની આજુબાજુ આવેલા દેરાસરો અને સામે જ આવેલું પુંડરિક ગણધરનું દેરાસર પણ ભવ્ય છે. અને એટલું જ મહત્ત્વ ધરાવે છે. પુંડરિક સ્વામી આદેશ્વર ભગવાનના પ્રથમ ગણધર હતા. ચૈત્ર સુદ પુનમના દિવસે શેત્રુંજય પર્વત ઉપરથી પાંચ કરોડ મુનિઓ સાથે મોક્ષમાં ગયા છે. વળી અહીં અસંખ્ય દેરીઓ વાળી ત્રણ ભમતી (પ્રદક્ષિણા) છે. સામાન્ય રીતે દર્શન - જ્ઞાન - ચારિત્ર એ ત્રણની રત્નની પ્રાપ્તિ માટે અને ચોરાસી લાખ ફેરા ટાળવા માટે દેરાસરમાં ત્રણ પ્રદક્ષિણા દેવાય છે પણ અહીં ત્રણ પ્રદક્ષિણાના ત્રણ જુદા માર્ગ છે. અહીં દાદાના દરબારને ગોળ ફરતા અસંખ્ય તીર્થંકર પરમાત્માઓ છે. બધાના જ દર્શન થઈ જાય એ મૂળ હેતુ હશે.

હવે ઉંમરના લીધે મોટી ટૂંકમાં જ જાત્રા કરીને નીચે ઉતરી જાઉં છું પણ યુવાવસ્થામાં ઘણુંખરું નવટૂંક પણ જતી. એનો ઇતિહાસ પણ ભવ્ય છે. ધર્મનગરીમાં આવી ગયા હોઈએ એવી અનુભૂતિ થાય છે. ગણ્યાં ગણાય નહીં એટલા પ્રતિમાજીઓ અને દેરાસરો છે. અહીં પૂજારીઓ જ ગાઈડ જેવું કામ કરતા હોય છે. દરેક ટૂંકની કથાઓ કહે એમાં મને ખૂબ રસ પડે છે. એ જ્યારે યુગો પહેલાં કહીને વાત શરૂ કરે ત્યારે મારું મન કહે છે યુગો પહેલાં પણ હું આવતી હતી. આજે પણ આવું છું અને ભવિષ્યમાં પણ નવા અવતારે આવતી રહીશ. આ દેરાસરો સમાયાંતરે ભલે જીર્ણ થયા પણ હજુ ય પ્રકૃતિ સાથે એટલા જ સંલગ્ન અને એવાં જ પરમાણુઓ વહાવે છે. અહીં માણસો બદલાય છે, યાત્રાળુઓ બદલાય છે પણ વાતાવરણ એનું એ જ છે. એ જ પરમાણુ અને એ જ સ્પંદન !

નવટૂંકમાં જવાનો રસ્તો અને મોટી ટૂંકમાં જવાનો રસ્તો થોડું અંતર રહે ત્યારે ફંટાય છે. નવટૂંકમાં પ્રવેશતા જ ડાબી બાજુ અગારસા પીરની દરગાહ છે. અહીં આવીએ એટલે પહેલાં ચાદર ઓઢાડવાની હોય છે. મને બહુ જ ગમે છે. આટલા મોટા તીર્થમાં પીરની દરગાહ ભિન્ન ધર્મોની એકતાનું પ્રતીક મને લાગે છે. નરસિંહ કેશવજીની ટૂંક, સંપ્રતિરાજાએ બંધાવેલું શાંતિનાથજીનું દેરાસર અને મરુદેવી પ્રાસાદ છે. જેમાં ઋષભદેવના માતા મરુદેવી હાથી ઉપર આરૂઢ થયેલા છે. ભગવાને દીક્ષા લીધી પછી પ્રથમ વાર ત્યાં આવવાના હોય છે અને માતા હાથી પર બેસીને પુત્રને વંદન કરવા જાય છે અને તેમનું મુખ જોતાં જ માતાને કેવળજ્ઞાન થાય છે અને તેઓ મોક્ષે જાય છે.

કેવલ રત્ન આપી કરી રે, પૂરી માતાની આશ,

સમવસરણ લીલા જોઈને, સાધ્યા આતમ કાજ.

ત્યારબાદ ચૌમુખજીની ટ્રંક છે. અહીં નાના-મોટા અગિયાર દેરાસરો છે. ચૌમુખજીની ટ્રંકમાં પ્રવેશતા જ આદેશ્વર ભગવાનનું ઉત્તમ ચતુર્મુખ મંદિર નજરે પડે છે. પોતાની ઊંચાઈ અને આયોજનની રમણીયતાથી અનોખી ભાત પાડતાં આ જિનાલયની ગણતરી સત્તરમી સદીના ઉત્તમ દેવ ભવનોમાં થાય છે. આ જિનાલયની દીવાલો ઉપર અદ્ભુત ચિત્રકામ કરવામાં આવ્યું છે. બહાર નીકળતાં જ પાંડવોનું દેરાસર છે અને પછી ભાવસારભાઈઓએ બંધાવેલી છીપા વસહીની ટ્રંક છે. આ ભાઈઓ રંગારા હોવાથી આદેશ્વર ભગવાનને રંગ કરેલો છે. અહીં શાંતિનાથ અને અજિતનાથનું દેરાસર છે. જ્યાં જૈનોના અતિ પવિત્ર નવસ્મરણોમાંથી એક સ્તવન અજિતશાંતિની રચના થયેલી છે. ત્યાર બાદ અમદાવાદના શ્રીમંત વેપારી પ્રેમચંદ મોદીની ટ્રંક છે. મોદી દ્વારા નિર્માણ પામી હોવાથી બહાર તેમના કુળદેવી ખોડિયાર માતા પણ છે. ત્યાંથી આગળ પહાડમાં કોતરાયેલી અદ્ભુત આદિનાથની પ્રતિમા છે. જે અદબદજી દાદા તરીકે ઓળખાય છે. દર વર્ષે વૈશાખ વદ છઠના દિવસે અદબદજીદાદાને પ્રક્ષાલ અને નવે અંગે પૂજા થાય છે. અહીંથી દાદાની ટ્રંકના તથા ભાડવાના ડુંગરના દર્શન સરસ રીતે થાય છે. અજિતનાથ ભગવાન અને શાંતિનાથ ભગવાને ભાડવાના ડુંગરે ચાતુર્માસ કરેલા છે. ત્યારબાદ બાલાભાઈની ટ્રંક અને છેલ્લી આઠમી મોતીશાની અતિ ભવ્ય ટ્રંક છે. તેમાંથી મોટી ટ્રંકમાં જતા રહેવાય છે. પણ વર્ષો પહેલાં ત્યાં કુંતાસરની ખાઈ હતી. યાત્રાળુઓને નવટૂંકની યાત્રા કરી પાછું પહાડ પર આવવું પડતું અને પછી મોટી ટ્રંક તરફ વધતા. મોતીશાએ પોતાની ફેક્ટરી અને ગોડાઉનોમાં જેટલા દોરડા હતા તે બધા જ અને સાથે એટલું જ મીઠું વાપરી ખાઈ પૂરી દીધી અને ભવ્ય તીર્થનું નિર્માણ થયું. યાત્રાળુઓને પડતી મુશ્કેલી દૂર થઈ.

બીજા દિવસે આગમ મંદિર, તળેટી, બાબુનું દેરાસર અને સમોવસરણ દેરાસરમાં જવાનો મારો નિયમ છે. વહેલી સવારે બંગલાની બહાર નીકળું એટલે પહેલાં વાસુપૂજ્યના દેરાસરે જવાનું. ત્યાંથી બહારના રસ્તા પર ક્યારેય ના જઉં પણ અંદરની ગલીમાંથી જ જવાની ટેવ. સીધો આગમ મંદિરમાં પ્રવેશ થઈ જાય. બીજા પ્રવેશદ્વારથી બહાર નીકળીએ એટલે તળેટી. પણ આગમ મંદિરનો ઉપયોગ ફક્ત જવા-આવવા માટે તો થાય નહીં એટલે ત્યાં પણ દર્શન તો કરવાના. આગમ મંદિર ખૂબ સુંદર છે પણ પગથિયાં બહુ છે. થોડા પગથિયાં પછી વિશાળ મંડપ છે. વિશાળ મંડપની ચારે બાજુ છૂટા છૂટા કમર સુધીના નાના-નાના સ્તંભો છે. તેના પર જૂદા જૂદા તીર્થંકરોના પ્રતિમાજીઓ છે.

પાછળથી ભીંત પર મોટી કાચથી મઢેલી ફ્રેમોમાં ક્રમવાર પિસ્તાલીસ આગમોનું વર્ણન છે. મૂળ વાંચવાનો શોખ એટલે વાંચતા વાંચતા પ્રદક્ષિણા ફરવાની ટેવ. પણ એક ધાર્મિક વ્યક્તિએ ધ્યાન દોર્યું કે, આગમો આપણાથી ના વંચાય એટલે વાંચવાનું બંધ કર્યું અને પ્રદક્ષિણા ચાલુ રાખી. મને વિચાર આવે છે જો વંચાય નહીં તો ત્યાં મૂક્યા શું કામ હશે ? બરાબર વચ્ચે થોડા પગથિયાં અને આદેશ્વર ભગવાનનું નાનું દેરાસર છે. ત્યાં દર્શન કરી તળેટી પર આવી જવાય છે. તળેટી પર આવીને દર્શન કરી ધીમે ધીમે બાબુના દેરાસરના પગથિયાં ચઢવા માંડુ. શ્વાસ ચઢી જાય પણ પહોંચી જવાતુ હતું. મુખ્ય દેરાસરમાં જતાં પહેલાં થોડા પગથિયાં પછી ભમતી છે. ભમતી ફરીને દેરાસરમાં પ્રવેશ કરું એટલે અહીં પણ એટલા જ ભવ્ય આદેશ્વરદાદા બિરાજમાન છે. પણ અહીં ચહલ-પહલ ઓછી છે. ક્યાં ઉપરની ચહલ-પહલ અને ક્યાં અહીં ? ગિરિરાજ પર બિરાજમાન દાદાના દરબારનો દબદબો જ જુદો જાણે રાજાધિરાજના રાજનો દરબાર ! આવું કેમ થતું હશે ? દરેક પ્રતિમાઓમાં વ્યક્તિઓની જેમ જુદું જુદું ખેંચાણ હશે ?

મને તો બાબુના દેરાસરમાં શાંતિથી બેસવું બહુ જ ગમે છે. અહીં ચૈત્યવંદન-સાથિયો-નોકરવાળી બધું પતાવતા સારો એવો સમય વીતી જાય છે. ત્યારબાદ ડુંગર પર જવાના રસ્તેથી બહાર નીકળીને સમોવસરણના દેરાસરમાં જાઉં છું. પાછળથી બંધાયેલું સુંદર દેરાસર છે. દેરાસરમાં ગોળ ફરતે અગણિત પ્રતિમાજીઓ છે. અને બહારના વિશાળ ગોળાકારમાં બધા તીર્થોના ખૂબ મોટા ફોટાઓ છે અને જે તીર્થમાં જે મૂળનાયક હોય એ તીર્થંકરોના ફોટા inset કરેલા છે. ત્યાં પણ શાંતિથી દર્શન કરતાં સહેજે અડધો કલાક થઈ જાય. હું મારા દર્શન પતાવીને પાછી બંગલે આવું ત્યારે બધા લગભગ તૈયાર થઈ ગયા હોય. (પતિ અને બાળકો) પછી પાછા ઘેર આવવા નીકળી જઈએ.

અગત્યની વાત રહી ગઈ. જ્યારે પહાડ પર યાત્રા કરીએ ત્યારે નીચે આવતા ભાથાઘરનો પાસ આપવા ઊભા હોય છે. ભાથાઘરની મુલાકાત વગર યાત્રા અધૂરી ગણાય. ભાથાઘરની પણ એક સુંદર કથા છે. વર્ષો પહેલાં યાત્રાળુઓ યાત્રા કરીને તાપથી થાકેલા, શ્રમિત અને તરસ્યા થઈને આવતા અને સતીની વાવ પાસેથી પરબમાંથી પાણી પીતા હતાં. એ સમયના દયાળુ મુનિરાજ શ્રી કલ્યાણવિમલજી મહારાજે આ જોયું અને તેમને વિચાર આવ્યો કે, આ યાત્રાળુઓને ભાતું મળે પછી પાણી પીએ તો કેટલું સારું ! એ વખતે એક બંગાળી ધનિક જૈન કુટુંબ આવ્યું હતું તેમના વડા રાયબાબુ નાહરને મહારાજે વાત કરી. બીજા દિવસથી ચણા અને સેવ-મમરાનું ભાતું શરૂ થયું. ધીમે ધીમે શેઠિયાઓનું

ધ્યાન ગયું અને તેમણે ફાળો ભેગો કરી ઢેબરાનું ભાતું શરૂ કર્યું. એક વખત અમદાવાદના નગરશેઠ હીમાભાઈ શંત્રુજયની યાત્રાએ ગયા અને એમણે એક મોટો લાડવો અને સેવ-ગાંઠિયા શરૂ કરાવ્યા. અત્યારે તો ભાતાની તિથિ આગળથી શેઠ આણંદજી-કલ્યાણજીની પેઢીમાં નોંધાવાથી ભાતું વહેચવાનો લાભ મળી શકે છે. પિનાકીનના ગયા પછી નિરંજના ભાભી સાથે ઘણા વર્ષો આવવાનું થયું છે. એમની વર્ષીથી આંગીની તિથિના આગલા દિવસે ભાતાની તિથિ નોંધાવેલી છે. એટલે અડધો દિવસ ભાથાઘરમાં પસાર થાય છે. અત્યારે તો વિશાળ હોલમાં ટેબલ-ખુરશી ગોઠવેલા હોય છે. તીખી સેવ, ગળી બુંદી, ચા અથવા ઉકાળો પીરસાય છે. થાકેલા યાત્રાળુઓને જાતે પીરસવામાં પરમ આનંદનો અનુભવ થાય છે.

પાલીતાણા શાશ્વત તીર્થ મનાય છે. આદેશ્વર ભગવાનના નવાણું વાર સમવસરણો રચાયા છે અને ભગવાને દેશના આપી છે. ભગવાનના સૌથી મોટા પુત્ર ભરત ચક્રવર્તી જેમના પરથી ભારત નામ પડ્યું છે તેમણે આ તીર્થનું નિર્માણ કર્યું હતું. આ અત્યંત પવિત્ર સ્થળની યાત્રા કરીને તન અને મન બંને પાવન થઈ જાય છે.

4

ચૈત્ય પરિપાટી-શહેરના જિનાલયોની મુલાકાત

આજકાલ જિનાલયોની મુલાકાત ચાલે છે અને સાથે સાથે ભગવાનની પણ. વંદનાબેન પચાસ વર્ષ પછી પહેલી વાર ત્રણ મહિનાનો સમય લઈને આવ્યાં છે. એમને દર્શન કરવા જવું ખૂબ ગમે છે અને મને પણ. જો કે ઉપરાઉપરી તીર્થ સ્થળોના દર્શન કરવા જવાનું બન્યું નથી. નવું નવું લાગે છે. ઊંડાણમાં ધરબાઈ ગયેલી ઇચ્છા પરિતૃપ્ત થતી હોય એવું લાગે છે. જે પણ ધર્મ પાળતા ઘરમાં માણસ જન્મ લે એને ધર્મના સંસ્કાર ગળથૂથીમાંથી જ વણાઈ જતા હશે. બાળક પહેલો શબ્દ બોલતા શીખ્યું નથી કે એને જૈન ધર્મનું હોવાથી આપણા ઘરનું વડીલ એને નવકાર મંત્ર બોલતા શીખવાડવા માંડશે, દેરાસર લઈને જશે. એવી જ રીતે વૈષ્ણવ કુટુંબ હોય તો રાધે.... રાધે... રાધે....! બાળક મોટું થતું જાય એમ નવું નવું શીખતું જાય. એની પ્રાથમિકતાઓ બદલાતી જાય. જીવનમાં અનેક ચડાવ-ઉતાર, તડકો-છાંયડો જેવા તબક્કાઓમાંથી પસાર થઈ જ્યારે નિવૃત્ત અવસ્થામાં આવે છે એટલે પેલા ધરબાઈ ગયેલા મૂળિયા છેક ઉપર આવીને છડી પોકારે છે. કહેવાનો અર્થ એ નથી કે વચ્ચેના ગાળામાં ભગવાનને યાદ જ નથી કર્યા. ભગવાનને યાદ કર્યા વગર તો કેવી રીતે ચાલે ? દેરાસર પણ ગયા હોઈએ, જાત્રાઓ પણ કરી હોય પણ બધું જ યંત્રવત્ કર્યું હોય. અત્યારે તો નવરાશ મળી એટલે બેક ટુ રુટ્સનો સમય મળ્યો. આમ તો મારે દરરોજ સવારે દેરાસર જવાનો નિયમ છે. હમણાં થોડા વર્ષોથી પાછળની સોસાયટીમાં આવેલા શીતલનાથ ભગવાનનાં ઘર દેરાસરમાં જાઉં છું. નાનકડું સુંદર દેરાસર છે. ઘર દેરાસર છે એટલે ઘરના વરંડાના એક ખૂણામાં આવેલું છે. ત્રણે બાજુથી

ખુલ્લું છે. ત્યાં જઈને બે હાથ જોડીને આંખો બંધ કરું એટલે બધું જ ભૂલી જઉં છું. મૂળ નાયક શીતલનાથ ભગવાન છે. સવારનો પહોર હોય મંદમંદ શીતલ પવન વાતો હોય એટલે મન અને આત્મા એટલી શીતલતા અનુભવે છે કે મનોમન પ્રાર્થના થઈ જાય છે હે ભગવાન ! આખો દિવસ શીતલતામાં જ પસાર કરજે. પણ એવું બનતું નથી. જ્યારે દેરાસરમાં પ્રવેશું ત્યારે જંજાળોનો પહેરેલો કોટ ચંપલ સાથે આપોઆપ ઉતરી જાય છે અને બહાર આવીને ચંપલ પહેરું એટલે કોટ પણ આપોઆપ પહેરાઈ જાય.

આજે યોગાનુયોગે દેરાસરની વરસગાંઠ છે. પિનાકીનના અવસાન બાદ આઠ મહિના પછી બંધાયેલું છે. એટલે જેટલા વર્ષ દેરાસરને થયા એટલા વર્ષ મારા સૂના પડી ગયેલા જીવનને થયા, એવી સ્મૃતિ મનમાં જડબેસલાક ઘર કરી ગઈ છે. જીવન એટલે જ આવાગમનની શૃંખલા ગણવા જેટલી સમજણ આવી ગઈ છે. આજે પંદર વર્ષના વહાણા વાઈ ગયા છે. મન શાંત છે. વર્ષોની થપ્પીઓ થઈ ગઈ છે. હવે તો મને લાગે છે વર્ષો ગણવા જ ના જોઈએ, જીવન તો પસાર થઈ જ રહ્યું છે.

જીવન છે તો ગતિ છે. ભાવિના ગર્ભમાં શું છૂપાયેલું છે એ ખબર નથી, ખબર રાખવાની જરુર પણ નથી. બસ વહેતા જવું ખળ....ખળ.....! એજ નિયતિ છે, વંદના બેન આવ્યા અને સૌથી પહેલા તો સોમેશ્વરના દેરાસર અને તુલસી સોસાયટીના દેરાસરે ગયા હતા. સોમેશ્વરનું પુરુષાદાનીય પાર્શ્વનાથનું ભવ્ય તીર્થ સ્વરૂપ ભવ્ય દેરાસર છે. અમે ૧૯૯૧માં પોળમાંથી અહીં રહેવા આવ્યા ત્યારે તો હું દરરોજ ચાલતી દર્શન કરવા જતી હતી. દેરાસરમાં પગથિયાં ઘણાં છે એટલે પિનાકીનથી તો શરુઆતથી જ અવાતું નહીં એટલે એ તુલસી સોસાયટીના દેરાસરે દર્શન કરવા જતો. ત્યાં એક પણ પગથિયું નહીં અને નાનકડું સુંદર શંખેશ્વર પાર્શ્વનાથનું દેરાસર છે. છેલ્લા પાંચ છ વર્ષથી તો એ પણ મોટું બની ગયું છે. જો કે પગથિયાં બે ત્રણ જ છે. પણ હવે તો ઉંચા પગથિયાંવાળા દેરાસરોમાં નીચે એક ભગવાનની પ્રતિષ્ઠા કરે જ છે એટલે જેમનાથી ચઢી શકાતું ના હોય એમણે બીજે જવું ના પડે.

ક્યાં ક્યાં દર્શન કરવા જઈશું? એવી મથામણ ચાલે છે. દરરોજ ક્યાં જવું એ નક્કી કરવાનો પણ એક રોમાંચ છે. અને જઈ આવ્યા પછી એનું વર્ણન કરવાનો એનાથી પણ અધિક રોમાંચ અનુભવાય છે. સૌથી પહેલાં અમે અદાણીની સ્કીમ શાંતિગ્રામમાં અદાણી કુટુંબે બાંધેલા સુંદર દેરાસરની મુલાકાત લીધી હતી.

અદ્ભુત વાતાવરણ અને અલૌકિક પ્રતિમાજી! હું તો જો કે પહેલાં પણ જઈ આવી હતી. ત્યાં જાઓ એટલે નીરવ શાંતિ પથરાયેલી હોય, એમાં મન પણ શાંત થઈ જાય. દૂધ જેવો આરસ અને એના ઉપર ઊભા રહીને લાંબી નજર કરો તો કુદરતનું સૌંદર્ય અને ઉપર નજર કરો તો વિરાટ આકાશ! ગર્ભગૃહમાં બિરાજમાન આદેશ્વર ભગવાનમાંથી પ્રગટતા દિવ્ય તેજની ધારાનું વર્ણન જ શું કરવું? બસ, બે હાથ જોડીને નાહ્યા કરો. વિરાટ વ્યક્તિત્વની છાયામાં નાનકડું બાળક બનીને હૂંફ માણવાનો લહાવો જ અવર્ણનીય છે.

એક રવિવારે સાંજે અમે દીકરા સાથે નવરંગપુરાના દેરાસરે ગયા હતા. મુનિસુવ્રતસ્વામીનું દેરાસર છે અને નીચે ભવ્ય ઊભા પ્રતિમાજીઓમાં મુખ્ય નાગેશ્વર પાર્શ્વનાથ છે અને આજુબાજુ આદેશ્વર ભગવાન અને મહાવીરસ્વામી છે. સાંજ ઢળી ગઈ હતી. દીવા પ્રગટી ગયા હતા. અને જ્યોતના પ્રકાશમાં વાતાવરણને સુગંધીત કરતી અગરબત્તીની ધુમ્રસેર ફેલાયેલી દેખાતી હતી. ત્યાં દર્શન કર્યા પછી વંદનાબેનને જૈન સોસાયટીનું દેરાસર યાદ આવ્યું. ત્યાંથી અમે જૈન સોસાયટીના દેરાસરે ગયા. જૂની બાંધણીનું કલાત્મક દેરાસર હતું. દીવા પ્રગટી રહ્યા હતા. આરતી થઈ ગઈ હતી. આરતીના સમયે કરેલા ધૂપની ધુમ્રસેરમાં દીવાનો પ્રકાશ ઝાંખો લાગતો હતો. જાણે દેરાસરમાં પણ સાંજ ઉતરી રહી હતી. મારું મન પણ એકદમ શાંત અને પ્રતિમાજી પણ એકદમ શાંત મુદ્રામાં હતા. જાણે આખા દિવસની ચહલ-પહલ પછી શાંતિનો સમય ! મારા જીવનની સંધ્યાએ પણ નિત્ય પડતી સાંજ શાંતિમય સન્નાટો (ખાલીપો) બનીને આવે છે. પણ સોહામણી સવારની હું હંમેશાં રાહ જોઉં છું. મને લાગે છે ભગવાન પણ મારી જેમ સવારની રાહ જોતા હશે.

એક દિવસ શહેરમાં ચૈત્ય પરિપાટી કરવાનું નક્કી કર્યું. સૌથી પહેલાં ઝવેરીવાડ મૂલેવા પાર્શ્વનાથના દેરાસરે ઉતર્યા. મૂલેવા પાર્શ્વનાથના દેરાસરમાં જ્યારે પણ જાઉં ત્યારે બેનની (સાસુ) સ્મૃતિથી મન ભરાઈ જાય. સામે આવેલા અમીન સાહેબના ક્લિનિકમાં બે અઠવાડિયા કોમામાં રહેલા. મારા લગ્નને દોઢ વર્ષ થયેલું. હોસ્પિટલમાં જતા-આવતા અહીં દર્શન કરવા આવતી. કેટલી પ્રાર્થના કરતી ! છતાંય ભગવાન સાંભળતા નથી એવું મને ક્યારેય લાગ્યું નથી. જાણે આંખોમાંથી અમી વરસતું હોય અને સંજોગોનો સ્વીકાર કરવાનું બળ આપતું હોય એવું જ લાગ્યું છે. જ્યારે પણ જાઉં ત્યારે એ જ મુદ્રા, એ જ આંખો અને એ જ અનુભૂતિ ! ત્યાંથી બહાર નીકળી રસ્તો ઓળંગીને સામે આવેલા જગવલ્લભના દેરાસરમાં ગયા. જગવલ્લભના દેરાસરમાં પ્રવેશ કરું એટલે અકબર રાજા અને

શેઠ શાંતિદાસ ઝવેરીનો ભવ્ય ભૂતકાળ ઊભો થઈ જાય. જૈન સમાજનો સુવર્ણયુગ અને એની સાક્ષી પૂરતું ભવ્ય દેરાસર ! સમય જાણે થીજી જાય. ચિરપરિચિત સ્પંદનો...! જાણે અહીં આવતી યુગોની સાક્ષી....! જગવલ્લભ પાર્શ્વનાથનું દેદીપ્યમાન સ્વરૂપ....! શહેરના દેરાસરો એમાંય ખાસ કરીને ઝવેરીવાડના દેરાસરો જૈનધર્મના ભવ્ય ઇતિહાસને જીવંત કરે છે. જગવલ્લભ કે પછી સંભવનાથની ખડકી કે પછી વાઘણપોળના સામસામે આવેલા દેરાસરો. એમાં આવેલા ભોંયરામાં બિરાજમાન પ્રતિમાજીઓ એટલી તો ભવ્ય છે કે એ ભવ્યતામાં આપણે ઓગળી જઈએ. ત્યાં પાંચ મિનિટ શાંતિથી હાથ જોડીને ઊભા રહેવાનો એક લ્હાવો છે. એવું કહેવાય છે કે એક જ સમયે નિર્માણ પામેલા દેરાસરોમાં ઉપર નાના પ્રતિમાજીઓ હોય છે કારણ કે કટોકટીના સમયે (મુસલમાનોનું આક્રમણ) એ પ્રતિમાજીઓ અને ભોંયરામાં ખસેડી લેવાય અને ભોંયરામાં બિરાજમાન વિરાટકાય પ્રતિમાજીઓને કોઈ હાથ પણ અડાડી ના શકે કે પછી નુકસાન પણ પહોંચાડી ના શકે. જગવલ્લભથી બહાર નીકળી ઝવેરીવાડની અંદર સંભવનાથની ખડકીમાં ગયા. ત્યાં જીણોદ્ધાર ચાલતો હતો. ત્યાંથી ઝવેરીપોળનું મહાવીરસ્વામીનું દેરાસર અને વાઘણપોળના બે દેરાસરોમાં થઈને દોશીવાડાની પોળમાં અષ્ટાપદના દેરાસર પહોંચ્યા. અહીં બે મૂળનાયક છે, આદેશ્વર ભગવાન અને મહાવીરસ્વામી. ત્યાં દર્શન કરીને પાછળ આવેલા અષ્ટાપદ અને નંદીશ્વરદ્વીપ જવાનું હોય છે. અને બીજી બાજુથી બહાર નીકળીએ એટલે રાયણવૃક્ષ છે અને વૃક્ષ નીચે આદેશ્વરભગવાન ના પગલા છે. અતિ સુંદર બાંધણીવાળા આ દેરાસરમાં નંદીશ્વરની રચના બેનમૂન છે. દોશીવાડાની પોળમાંથી બહાર આવીને સીધો ઢાળ ચડી જવાનો એટલે મોટા મહાવીરથી ઓળખાતું દેરાસર આવી જાય. મોટા મહાવીરની તો વાત જ શી કરવી ? કેવળ કૃતજ્ઞતા જ વ્યક્ત કરવી ઘટે. અહીં તો ઘણી વાર જવા-આવવાનું બને છે. પણ જ્યારે પણ અહીં આવું ત્યારે અહો ભાગ્ય ! ધન્ય ઘડી !

પર્યુષણ હોય કે દિવાળી. આ થયો પાંચ મહાવીર દર્શન કરવા જવાનો રુટ. પણ વંદનાબેનને કાળુશીની પોળમાં દેરાસર જવાની ખૂબ ઇચ્છા હતી. કાળુશીની પોળ અહીંથી કંઈ દૂર ના કહેવાય. મારી જહાંપનાની પોળ અને ફુઈબાની કાળુશીની પોળ સામસામે જ છે. છતાંય ત્યાંથી મારા લીધે રીક્ષામાં બેસી ગયા અને કાળુશીની પોળમાં અંદર ઉતર્યા. પોળમાં તો સાંકડી ગલીઓ હોય. અહીં એક બાજુ દેરાસરમાં પ્રવેશ કરીને ભોંયરામાં દર્શન કરીને સામેના દેરાસરમાં ઉપર આવીને બહાર નીકળી શકાય એવું અદ્ભુત દેરાસર છે. ભોંયરામાં ચમત્કારી કહેવાતા પાર્શ્વનાથ ભગવાન છે. કાળુશીની પોળના લોકોને અને આજુબાજુ

રહેતા લોકોને પણ અપાર શ્રદ્ધા છે. કાળુશીની પોળમાં પ્રવેશતાની સાથે જ આજથી ૩૦-૩૫ વર્ષ પહેલાનું જીવન નજર સમક્ષ જીવંત થઈ ગયું. પોળમાં બધા જ ઓળખતા હોય. કયું બારણું ખુલશે ? કોણ બૂમ પાડશે ? ફઈબા ? નિરંજના ભાભી ? ચંન્દ્રાબેન ? બધા જ જાણે પ્રત્યક્ષ દેખાવા માંડ્યા. સામે જ તો ઝહાંપનાની પોળ. પિયર અને સાસરું એક જ પોળમાં; વળી આટલાં વર્ષી પછી કઈ પોળમાં ઊભી છું એનો શું ફેર પડે ? પોળનું જીવન જ અત્યારે તો સાંસ્કૃતિક વારસો બની ગયું છે. એ વારસાનો વિચાર કરું ત્યારે થાય છે, કેવા દિવસો હતા ? કેટલા હળી-મળીને રહેતા હતા લોકો ! કોઈના ઘેર પ્રસંગ હોય તો બધાનો જ પ્રસંગ, કોઈના ઘેર માંદગી હોય તો જાણે બધાને જ ચિંતા. તહેવારો જેવા કે દિવાળી, પર્યુષણ બધું જ સહિયારું. પણ બીજી બાજુનો વિચાર કરું તો "પરિવર્તન સંસારનો નિયમ છે." એ ન્યાયે બદલાતા સમયના વહેણ સાથે બધા જ આગળ વહી ગયા છે. અત્યારે વધારે સારી પરિસ્થિતિમાં જીવન વ્યતીત કરી રહ્યા છે. બેક ટુ રુટ્સમાં મીઠી યાદો તો છે જ સાથે સાથે આજની તારીખમાં કંઈક પામ્યાનો સંતોષ પણ છે.

ઝહાપનાની પોળમાં પણ મોટું દેરાસર છે. ૪૦૦ વર્ષ પહેલના પ્રાચીન આદેશ્વર ભગવાનના પ્રતિમાજી છે. એ સમયે આજુબાજુથી પણ ખૂબ લોકો દર્શન કરવા આવતા. તીવ્ર ઇચ્છા હોવા છતાં થાકના કારણે ઝહાપનાની પોળમાં દર્શન કરવા જઈ શકાયું નહીં.

એક સવારે હઠીભાઈની વાડીએ અમારી સવારી ઉપડી. હઠીભાઈની વાડીના દેરાસરથી કોણ અજાણ હોય ? હઠીભાઈની વાડીનું આ ભવ્ય જિનાલય આજે અમદાવાદના ઉત્કૃષ્ટ સ્થાપત્યોમાંનું એક ગણાય છે. અહીં મૂળનાયક ધર્મનાથ ભગવાન બિરાજમાન છે. બે માળના અદ્ભુત કોતરણી ધરાવતા આ દેરાસરથી શાહીબાગ ગીરધરનગર ખાતે આવેલા જમનાભાઈ ભગુભાઈના ટ્રસ્ટના (family trust) બંગલે ગયા હતા. નાનકડું દેરાસર અને શત્રુંજય તીર્થની પ્રતિકૃતિ (રેપ્લીકા) અત્યારે તો બિસમાર હાલતમાં પડ્યા છે છતાં કુટુંબના એકેએક જણનો શ્વાસ એમાં સમાયેલો છે. કુટુંબીઓના મૂળને જોડતી એ મુખ્ય કડી છે. દેરાસર ક્યારે નવું બને એવી રાહ દરેક જણ જોઈ રહ્યા છે. (હવે જો કે દેરાસર બંધાઈ ગયું છે. તીર્થની પ્રતિકૃતિનું કામ બાકી છે.) બંગલાના દેરાસરના દર્શન કરીને ગયા સીધાં નરોડા. સાક્ષાત્ પદ્ધાવતી માતાના દર્શન કરતા હોઈએ એવા અલૌકિક માતાજી ત્યાં બિરાજમાન છે. ગોડીજી પાર્શ્વનાથનું તીર્થ સમું આ રમણીય દેરાસર પ્રથમ પગથીયું ચડતા જ પાવન અનુભૂતિ કરાવે છે.

અહીં શહેરમાં જ આવેલા દેરાસરોમાં પ્રેરણાતીર્થના દેરાસર ગયા હતા. ટોકળશાની પોળનું એક માત્ર દેરાસર સેટેલાઈટમાં આવી શકયું છે. બાકી તો શહેરમાં દેરાસરો અપૂજ રહે છે, કારણ કે પાંખી વસ્તીના કારણે ભાગ્યે જ કોઈ ત્યાં જાય છે. અને વિકાસ પામી રહેલા આધુનિક વિસ્તારોમાં નવા ને નવા દેરાસરો બંધાતા જાય છે. પ્રહલાદનગરથી આગળ એસ જી હાઈવે ઉપર આનંદ ધામથી ઓળખાતું શાંતિનાથ ભગવાનનું અદ્ભુત દેરાસર છે. શાંતિનાથનું બીજું દેરાસર સોમેશ્વર ઉપાશ્રયની બાજુમાં હમણાં થયું છે. સંપ્રતિરાજાના સમયના ખંભાતના દેરાસરમાં બિરાજમાન પ્રતિમાજીને અહીં લાવીને પ્રતિષ્ઠા કરવામાં આવી છે. નાનકડું પણ સુંદર દેરાસર છે.

સોમવારે દર્શન કરવા જવાનું મહત્ત્વ ધરાવતા દાદા સાહેબના પગલાવાળુ દેરાસર કેવી રીતે ભુલાય ? સોમવારે ભારે ધસારો હોય છે. રાત્રે બાર વાગ્યા સુધી પગલાના દર્શન ખુલ્લા હોય છે. દેરાસરમાં પણ રાત્રે દસ વાગ્યે માંગલિક થાય છે. મુનિસુવ્રતસ્વામીનું દેરાસર છે અને બહાર સૂરિ સંપ્રદાયના સ્થાપક જે દાદાસાહેબના નામથી અત્યંત લોકપ્રિય અને જ્ઞાનીપુરુષ હતા તેમના પગલા છે. અમે પણ આશીર્વાદ લઈ આવ્યા હતા. જયદીપ ટાવરના કાચના દેરાસરમાં ગયા વગર કેવી રીતે ચાલે? આદેશ્વર ભગવાનના નાનકડા આ દેરાસરમાં જય તળેટીની રચના એટલી સુંદર કરવામાં આવી છે કે ત્યાં ઊભા હોઈએ તો પાલીતાણામાં જ ઊભા હોઈએ એવી શાંતિ મળે છે.

અહીં મારી ચૈત્ય પરિપાટી પૂરી થાય છે. કોઈપણ દેરાસર કે પછી તીર્થસ્થાન હોય, એવું કહેવાય છે કે અંદર બિરાજમાન દાદા (તીર્થંકર)નો આદેશ આવે તો જ દર્શન થાય. બધી જ જગ્યાએ "દાદા તારો આદેશ થયો અને હું અહીં આવી શકી, તારી કૃપા મેળવી શકી. ફરીથી જલદી આદેશ આપજે કે હું ફરીથી અહીં આવી શકું." એવી પ્રાર્થના કરીને પાછી વળી હતી. આમાંથી ફરીથી ક્યાંય પણ જઈ શકું તો અહોભાગ્ય ! અને ના જવાય તો પણ જેટલું પામી છું એટલું જ અનમોલ છે.

જય જિનેન્દ્ર !

5
શાશ્વત શ્રી ગિરનાર અને શત્રુંજય પંચતીથી યાત્રા

જાન્યુઆરી તારીખ 20-1-18 થી 30-1-18

મારા માટે યાત્રા એટલે મનની પ્રસન્નતા. મન પ્રસન્ન થઈ જાય તેવી યાત્રા વંદના બહેન સાથે 2018માં થઈ હતી. અમેરિકામાં ચાલતી જૈના ઇન્ટરનેશનલ સંસ્થાએ ગિરનાર-શત્રુંજયની યાત્રાનું આયોજન કરેલું. વંદનાબેન અહીં આવવાના જ હતા એટલે સરસ ગોઠવાઈ ગયું.

તા. 20-1-2018

આજે સવારે સાડા આઠ વાગ્યે હઠીભાઈની વાડીએ ભેગા થવાનું હતું. ટુરવાળાભાઈના કુટુંબ સિવાય 37 સહયાત્રીઓ હતા. અમે સમયસર પહોંચી ગયા હતા. હઠીભાઈની વાડીના દેરાસરના દર્શન કરવા. એટલે નાનકડી યાત્રા કરવી. તીર્થ સ્વરૂપ અતિ ભવ્ય અને વિશાળ દેરાસર છે. ત્યાં દર્શન કરીને બસમાં બેઠા. બસ ચાલુ થઈ એટલે ઘણાં ભાવિકોએ પ્રભાવના કરી હતી. જૈન પરંપરામાં પ્રભાવનાનું ખૂબ મહત્ત્વ છે. ધર્મનો પ્રભાવ જેનાથી વધે અર્થાત્ જેનાથી ધર્મ પ્રત્યે આકર્ષણ થાય એવા નિમિત્ત માટે અપાતી વસ્તુને પ્રભાવના કહે છે.

અમારો પહેલો મુકામ સુરેન્દ્રનગર હાઇવે પર આવેલું ઢોલિયા દેરાસર હતું. અમે બપોરે સાડા બાર સુધીમાં પહોંચી ગયા હતા. દેરાસર સુંદર અને મોટું હતુ. એ જ પરિસરમાં પાછળ ભોજનશાળાની વ્યવસ્થા હતી જ્યાં પોતાના મહારાજો રસોઈ કરી શકે. ઘણાં લોકોએ ત્યાં નાહીને સેવા-પૂજા કરી હતી. મેં તો શાંતિથી એક કલાક દેરાસરમાં મૂળનાયક ભગવાન નેમિનાથના સાનિધ્યમાં ગાળ્યો હતો. ગિરનારની યાત્રાએ જતી બસો અને ગાડીઓ અહીંયાં ઊભી રહીને વિરામ લઈ શકે તેવા હેતુથી આ દેરાસરનું નિર્માણ થયું હશે એમ મેં વિચાર્યું હતું. કારણ કે હાઇવે હતો અને સામે નજર નાખો ત્યાં સુધી ખેતરો જ દેખાતા હતા. મકાનો કે દુકાનો નજરે ચઢ્યા નહીં. એકાદ કલાક પછી રસોઈ તૈયાર થઈ ગઈ એટલે અમે જમીને નીકળી ગયા હતા.

ત્યાંથી નીકળીને સીધા જુનાગઢ જવાનું હતું. પણ ઘણા ચૌવિહાર કરનારા પણ હતા એટલે સાડા પાંચ વાગ્યે હાઈવે પર ઊભા રહ્યાં હતાં. અમારો ઉતારો લીઓ રિસોર્ટમાં હતો એટલે ત્યાં ચૌવિહારનો સમય ના હોય. બાકી તો ધર્મશાળામાં ઉતારો હોય તો બધાએ જમી લેવું પડે. રાત સુધીમાં ત્યાં પહોંચી ગયા હતા.

21મી જાન્યુઆરી

સવારે બ્રેકફાસ્ટ પતાવીને પૂજાના કપડામાં તૈયાર થઈ, બીજા બદલવાના લઈને ગિરનાર તળેટી પાસે આવેલા ઉપાશ્રયમાં ગયા હતા. ત્યાં ૯૯ પ્રકારી પૂજામાં સહભાગી થવા ગયા હતા. જૈનાના પ્રેસિડન્ટ પુલિનભાઈ શાહ ખૂબ ધાર્મિક અભિગમ ધરાવે છે અને અહીંયાં રહેતા પૂ. મા'રાજ સાહેબના અનન્ય ભક્ત છે. મારા ખ્યાલથી તેમના તરફથી જ પૂજા હતી. પૂજા ભણાવતાં હતા તે લગભગ બધા જ ગાંધીનગર જતા આવતી પૂ. આ. ચંદ્રશેખર મહારાજ સાહેબે સ્થાપેલી તપોવન સંસ્થામાંથી આવેલા હતાં. એટલી તો ભાવભરી પૂજા હતી કે ત્યાંથી ખસવાનું મન ના થાય. હું તો ત્યાં જ બેસી રહી હતી. ધર્મશાળાની પાછળ ચોગાનમાં મંડપ બાંધ્યો હતો. નજર સામે ગિરિરાજ દેખાતો હતો. ગિરનાર શિખર ઉપર પહોંચવાની અંતરયાત્રા અહીંથી જ શરૂ થઈ ગઈ હતી. પૂજા પતી એટલે કપડાં બદલવા ગયા હતા. નીચે આવીને જમ્યા પછી મહારાજ સાહેબનું વ્યાખ્યાન હતું. મહારાજ સાહેબે ગિરનારની યાત્રાનું મહત્ત્વ ખૂબ સરસ રીતે સમજાવ્યું હતું. એમણે કહ્યું હતું કે આપણે ત્યાં જેમ પાલીતાણા શાશ્વત તીર્થ મનાય છે તેમ ગિરનાર પણ શાશ્વત તીર્થ છે. વર્તમાન ચોવીસીમા એક જ

તીર્થંકર નેમીનાથ ભગવાન મોક્ષે ગયા છે પણ આવતી ચોવીસીમાં ચોવીસ ચોવીસ તીર્થંકર ગિરનાર પરથી જ મોક્ષે જવાના છે માટે અત્યારથી જ તેનું મહત્વ વધારવું જોઈએ. આમેય અત્યાર સુધી શત્રુંજય યાત્રા પાલીતાણાનું ખૂબ મહત્ત્વ મને ખબર હતી પણ ગિરનાર તો ખાસ કોઈ જતું હોય એવો ખ્યાલ નહોતો.

મહારાજ સાહેબને વિચાર આવ્યો કે ગિરનાર તીર્થ પણ શાશ્વત છે તો એનું મહત્ત્વ કેમ ઓછું ? તેઓ 27 વર્ષથી (હું જ્યારે ગઈ ત્યાં સુધી) આંયંબિલની કઠિન તપસ્યા કરે છે અને ચોમાસાના ચાર મહિના સિવાય દરરોજ યાત્રા કરે છે. (ડુંગર ઉપર) જો કે હવે ઘણા લોકો આવવા માંડ્યા છે. વ્યાખ્યાન પછી મને દામોદર કુંડ જોવા જવાનું ખૂબ મન હતું. જુનાગઢ એટલે નરસિંહ મહેતાનું ગામ. નરસિંહ મહેતાના ભજનો પ્રત્યે ખૂબ ખેંચાણ છે. એમની જાણીતી પંક્તિ : "ગિરિ તળેટી ને કુંડ દામોદર, જ્યાં મહેતાજી ના'વા જાય...." દામોદર કુંડનું મહાત્મ્ય પણ ઘણું છે. અમે રિક્ષામાં ગયા હતા. મજા આવી હતી. ત્યાં બેસવાના બાંકડાઓ હતા. ખાસ્સા પગથિયાં (વાવ જેવા) હતા, એ ઉતરીએ પછી પાણી આવે. ઘણાં લોકો હતાં. કહેવાય છે બ્રહ્માએ ગંગા, જમના, કાવેરી, સરસ્વતી, ગોદાવરી, ક્ષિપ્રા નદીઓના પાણી અહીં પરઠવ્યા છે. અમે થોડીવાર ત્યાં સમય પસાર કરી ગિરનારની તળેટીમાં આવેલ દેરાસરમાં દર્શન કર્યા હતા. ત્યાં જ થોડે દૂર અશોક રાજાએ બંધાવેલ સ્તુપ (શિલાલેખ) આવેલો છે જે 2200 વર્ષ જૂનો છે એમ મનાય છે. એમાં ચૌદ આજ્ઞાઓ કોતરેલી છે. ત્યાં જઈને ઊભા રહીએ એટલે તળેટીનું દેરાસર હોય કે સ્તુપ એ આપણને સહજ રીતે જ એ સમયમાં લઈ જાય છે અને અત્યારની ભાગમભાગ પરિસ્થિતિ ભૂલાવી પરમ શાંતિનો અનુભવ કરાવે છે.

22 જાન્યુઆરી

આજે ગિરનારની પહાડ યાત્રા કરવાની હતી. અમે સવારે પાંચ વાગ્યે નીકળ્યા હતા. ત્યાં પહોંચ્યા ત્યારે ડોળીના જ ઠેકાણા નહોતા. એક પછી એક ડોળીઓ આવી એમ બધા બેસીને ચાલતા થયા. હું તો છેલ્લી જ હોઉં. એટલે છેલ્લી ડોળી તો આવી જ નહીં. હું તો રડવા જેવી થઈ ગઈ. જો કે પુલિનભાઈ એકલા ઊભા રહ્યા હતા. મારી ડોળી આવી અને હું બેઠી ત્યાં સુધીમાં છ વાગી ગયા હતા. મારી ડોળી આવી ગઈ પછી એમણે પણ ચઢવાનું શરૂ કર્યું. શિયાળાના દિવસો હતાં એટલે હજી તો અંધારું હતું. ઠેર ઠેર પર્વત પર ચા-બિસ્કીટના સ્ટોલ હતા.

ગિરનાર કેવળ જૈનોનું તીર્થ નથી. આ પર્વતમાં પાંચ ઊંચા શિખરો આવેલા છે. જેમાં ગોરખ શિખર 3600, અંબાજી 3300, ગૌમુખી શિખર 3120, જૈન તીર્થ 3300 અને માળી પરબ 1800 ફૂંટની ઊંચાઈ ધરાવે છે. લગભગ બે અઢી કલાકે અમે દાદાના દરબારમાં (મૂળ દેરાસર) પહોંચ્યા હતા. દાદાના પ્રક્ષાલનો સમય થવા આવ્યો હતો. મેં જલદી જલદી નાહી લીધું અને પૂજાના કપડામાં દેરાસરમાં પહોંચી ગઈ. વંદનાબેન ત્યાં જ હતા. દેરાસર ખૂબ મોટું હતું. આ દેરાસરનો રંગમંડપ પણ ઘણો વિશાળ છે. અહીં દાદાના પ્રક્ષાલનું મહત્ત્વ છે. અને ગમે તેટલી ભીડ હોય પણ બધા જ યાત્રાળુઓ દાદાના પ્રક્ષાલ સમયે દર્શન કરી શકે એવા વિરાટ પ્રતિમાજી છે. અમે શાંતિથી ઊભા રહ્યાં. પ્રક્ષાલ શરુ થયો. અદ્ભુત સંયોગ હતો. અલૌકિક વાતાવરણ હતું પણ પાલીતાણા કરતાં સાવ જૂદું હતું. કાળા પથ્થરના દેરાસરો હતા. પાલીતાણાની નવટૂંકમાં એવા દેરાસરો છે. નેમિનાથ ભગવાનના દેરાસરોના શિખરો અદ્ભુત કોતરણીવાળા અને જબરજસ્ત ખેંચાણ ધરાવતા હતા. જાણે આત્મા શિખરોનો સ્પર્શ કરી આવ્યો હોય એવી લાગણી થતી હતી.

પ્રક્ષાલ પતી ગયો પછી દર્શન, પૂજા, ચૈત્યવંદન, આમ તો ટૂંકમાં કહું તો અષ્ટ પ્રકારની પૂજા કરી હતી પણ ફૂલપૂજા અને સુખડ પૂજાનો લાભ વંદનાબેને લીધો હતો એટલે વિશેષ આનંદ મળ્યો હતો. ભમતી પણ ફરી હતી. (પ્રદક્ષિણા) ભમતીમાં જ એક ભોંયરું હતું અને એમાં પાર્શ્વનાથ ભગવાન બિરાજમાન હતા.

ત્યાં પણ સેવા-પૂજા કરી હતી. અમીઝરા પાર્શ્વનાથ તરીકે આ પ્રતિમાજી ઓળખાય છે. દેરાસરમાંથી જ ખાસ્સું નીચે ઉતારીએ પછી બે દેરાસરો હતાં. એક રાજા કુમારપાળે બંધાવેલું અને બીજું વાસ્તુપાળે(મંત્રી) બંધાવેલું જિનાલય છે. મેં નીચે ઉતરવાની હિંમત કરી નહીં. ત્યાં ઊભા રહીને ભાવ દર્શન કરી લીધા હતા. અંદરનો ભાવ તો એકદમ શુદ્ધ પણ શારીરિક અસમર્થતા અને શ્વાસ ભરાઈ જવાની તકલીફ. થોડા દિવસો પહેલાં જ અલ્બેર કામુની "આઉટસાઇડર" વાંચેલી એમાં તડકો અને ગરમીને ખૂબ જ મહત્ત્વ આપેલું છે. એવી રીતે મારો થાક અને મારો શ્વાસ એવા અવરોધ છે જેને ટાળી શકાય નહીં. ગિરનારના મુખ્ય મંદિરની બહાર નીકળીને ડાબી બાજુ સહેજ આગળ સંપ્રતિ રાજાએ બંધવેલ દેરાસર હતું. અત્યંત જીર્ણાવસ્થામાં ઊભેલું એ દેરાસરમાં જવાનું મન થયું નહીં અને અમે સહસાવન જવા માટે નીચે ઉતરવા માંડ્યા.

ગિરનારની યાત્રા કરીને અને સહસાવન ના જઈએ તો યાત્રા અધૂરી ગણાય છે. સહસાવનમાં ભગવાન નેમિનાથના દીક્ષા અને કેવળજ્ઞાન કલ્યાણકો થયા છે. ત્યાં કરોડો દેવતાઓ દ્વારા પ્રભુ નેમિનાથની પ્રથમ અને અંતિમ સમોવસરણની રચના કરવામાં આવી હતી અને પ્રભુએ પ્રથમ તથા અંતિમ દેશના અહીંથી આપી હતી. અમે જેવા નીચે ઉતરવા માંડ્યા એવું જ મારાથી તો ડોળીમાંથી લપસી જ પડાય. મારે મિનિટે મિનિટે એ લોકોને ઊભા રાખવા પડે. મને તો ગભરામણ થઈ ગઈ. નીચે કેવી રીતે જવાશે ? એટલામાં બીજા ડોળીવાળા ત્યાંથી પસાર થયા. એમણે કહ્યું કે, દોરડા ખોટા બાંધ્યા છે. પછી સરખા બાંધ્યા ત્યારે જીવમાં જીવ આવ્યો. સહસાવન જવાનો રસ્તો જુદો છે. વળી, ત્યાં જઈએ એટલે અડધાથી ઉપર તો ઉતરી જવાય. ત્યાં સંપ્રતિરાજાના સમયનું નેમિનાથ પરમાત્માની પરિકરયુક્ત અદ્ભુત સમોવસરણ મંદિર છે. અહીં પ્રતિમાજી 84,000 વર્ષ પ્રાચીન છે. અહીંથી રહનેમિજી (ભગવાનના ભાઈ) રાજીમતિશ્રીજી અને બીજા અગણિત મહાત્માઓ મોક્ષપદને પામ્યા છે. બહાર રાજુલગુહા અને રહનેમિ ગુફા હતી. સાંજે બધાં ત્યાં ગયા હતા પણ હું તો સીધી નીચે ઉતરી ગઈ હતી. સાંજે પાંચ વાગ્યાની આસપાસ નીચે ઉતરવામાં પહેલી હતી. અહીં સીધું જંગલમાં જ ઉતરાય છે. વન-વિભાગના કર્મચારીઓ બેઠા હતા. જે નીચે આવે તેની નામ નોંધણી કરતા હતા. તે નોંધાવીને એક મોટા પથ્થર પર વ્યવસ્થિત બેસાય એવું હતું ત્યાં બેસી ગઈ હતી. વર્ષો પહેલાં ધ્રુવ ભટ્ટની "અકૂપાર" નવલકથા વાંચી ત્યારે સ્વપ્ને ય ખ્યાલ નહોતો કે, કોઈક વાર ગીરના જંગલની અનુભૂતિ જાણવા મળશે.

23મી જાન્યુઆરી

સવારે લીયો રિસોર્ટથી બ્રેકફાસ્ટ લઈને વંથલી જવા નીકળ્યા હતા. વંથલીના શીતલનાથ ભગવાનનો ઇતિહાસ રસપ્રદ છે. વંથલી ગામમાં એક પ્રાચીન જિનાલય હતું જેમાં શ્રી શાંતિનાથ પ્રભુ મૂળ નાયક હતા. હાલમાં ત્યાં શીતલનાથ ભગવાનનું દેરાસર છે. નવું દેરાસર થતાં પ્રાચીન દેરાસરનું વિસર્જન કરી તેના મૂળનાયક શાંતિનાથ ભગવાન અને પારસનાથ પ્રભુજીની પ્રતિષ્ઠા શીતલનાથ ભગવાનની બે બાજુ કરવામાં આવી છે. આ દેરાસરમાં મણિભદ્રવીર દિવ્ય અને ચમત્કારિક છે. શીતલનાથ ભગવાનના પ્રતિમાજી ગામમાં રહેતા ધાંચીના ખેતરમાંથી પ્રગટ થયા હતા. વાત એમ બની હતી કે ધાંચીના ખેતરનું, પાણીનું સ્તર ઊંડું ઉતરી ગયું હતું તેથી ખોદાવતા હતા. અને ખોદકામ કરતાં આ અલૌકિક પ્રતિમાજી મળી આવ્યા હતા. દેરાસર સુંદર હતું. તેમની શીતલ છાયા દર્શનાથીઓને શીતળતા પહોંચાડે છે. અમે અહીં દર્શન કર્યા હતા અને રિક્ષામાં બેસીને માંગરોલ નવપલ્લવ પાર્શ્વનાથના દર્શન કરવા ગયા હતા.

માંગરોલ નગરમાં પ્રાચિન કાળથી જૈન ધર્મની જાહોજલાલી રહી છે. શ્રી નવપલ્લવ પાર્શ્વનાથનું આ પ્રાચીન તીર્થ અતિ પ્રભાવક કહેવાય છે. માનવામાં આવે છે કે રાજા કુમારપાળે સવંત 1263માં નવપલ્લવ પાર્શ્વનાથ દેરાસરનું નિર્માણ કરાવ્યું છે. એક મત અનુસાર આ પ્રતિમાજી વલભીપુરમાં બિરાજમાન હતા. વલભીપુરનો ભંગ થતાં અહીં આવતાં માર્ગમાં પ્રતિમાજીની બે આંગળી ખંડિત થઈ પણ એક ચમત્કાર સર્જાયો તરત જ તે ખંડિત આંગળીઓ નવપલ્લવિત બની ગઈ. આ ચમત્કારથી પ્રભુજી નવપલ્લવ પાર્શ્વનાથ તરીકે ઓળખાયા. અહીંયાં અમે શાંતિથી સામુહિક ચૈત્યવંદન કર્યું હતું. પછી છકડામાં વંથલી પાછા આવીને બપોરનું ભોજન કરીને ત્યાંથી ચોરવાડ જવા નીકળી ગયા હતા. જૂનાગઢમાં આવેલું ચોરવાડ તીર્થમાં ચોરવાડી પાર્શ્વનાથ બિરાજમાન છે. ગામના નામ પરથી ચોરવાડી પાર્શ્વનાથ ઓળખાય છે પણ પ્રતિમાજી ચિંતામણિ પાર્શ્વનાથના છે. દેરાસર ઘણું પ્રાચીન છે. ચોરવાડી પાર્શ્વનાથના પ્રતિમાજી ઘણાં પ્રાચીન અને પ્રભાવક છે. અમે ત્યાં દર્શન કરીને ચોરવાડના દરિયા કિનારાની બસમાં બેઠાં બેઠાં જ લટાર મારી હતી. દરિયા કિનારે ફેલાયેલા નાળિયેરીના વૃક્ષો અતિ રમણીય લાગતા હતા. ધીરુભાઈ અંબાણીનું ઘર પણ બહારથી જોયું હતું. ભારતના સૌથી ધનિક ગણાતો અંબાણી પરિવાર મૂળ ચોરવાડના વતની છે. અહીં તેમણે ઘર ખૂબ સાચવીને રાખ્યું છે.

લગભગ બપોરે ચાર વાગ્યે અમે પ્રભાસ પાટણ ગયા હતા. ત્યાં મૂળનાયક ચંદ્રપ્રભુનું અદ્ભુત દેરાસર છે. પહેલાં તો બહાર જ પગ થંભી જાય ! શું એની રચના, કોતરણી અને રંગની મિલાવટ હતી ! સાચા અર્થમાં બેનમૂન શબ્દ વાપરી શકાય. અંદર જઈએ એટલે ત્રણ મુખ્ય ગર્ભદ્વાર છે. આ દેરાસરની વિશિષ્ટતા ત્રણ મુખ્ય ગર્ભદ્વારાઓ સાથે છ ઉપગર્ભદ્વારો એમ નવ ગર્ભદ્વારની યોજના છે અને આ ત્રણ ગર્ભદ્વારો આગળના ગુંબજો અને શિખરો જાણે નજર ખસે નહીં એટલા ભવ્ય હતા. ઉપર મૂળનાયક ચંદ્રપ્રભ સ્વામીની મનોહર પ્રતિમાના દર્શને જાણે ધન્યતા બક્ષી દીધી. બીજા મૂળનાયક દોકડિયા પાર્શ્વનાથના પ્રતિમાજી પણ એટલા જ મનોહર હતા. ઉપર બીજે માળ પણ સુંદર દર્શન કરવા લાયક અને ખાસ તો દરિયાના દર્શન થતા હતા એટલે ગયા હતા. દરિયો તો ખૂબ સુંદર દેખાતો હતો પણ નજીકમાં જ સોમનાથ મંદિરનો ઘુમ્મટ પણ દેખાતો હતો. મને સોમનાથ મંદિર જવાની ખૂબ ઇચ્છ હતી પણ જઈ શકાયું નહીં.

દેરાસરની બહાર આવીને ભોંયરામાં આગમ મંદિરની રચના કરી હતી. આગમોની પ્રતો ગોઠવી હતી. ત્યાં દર્શન કરીને અદ્ભુત શાંતિ મળી હતી. યોગાનુયોગ એ દિવસે દેરાસરની વર્ષગાંઠ હતી. મુંબઈથી 600 જણનો સંઘ આવ્યો હતો. એમના જ રસોઈયા હતા. અમે બધાએ સાથે ચૌવિહાર કર્યો હતો. ત્યારબાદ દીવ જવા માટે પ્રસ્થાન કર્યું હતું. દીવ ગુજરાતમાં નથી. યુનિયન ટેરિટરી છે એટલે ચેક પોસ્ટની પ્રક્રિયામાંથી પસાર થઈ રાત્રે રાસાલ રિસોર્ટ, દીવ મુકામે પહોંચ્યા હતા.

તા. 24-1-2018

સવારે થોડા વહેલાં ઊઠી અજાહરા પાર્શ્વનાથ ગયા હતાં. અજાહરા પાર્શ્વનાથ ઊનામાં આવેલું છે એટલે ચેક પોસ્ટની પ્રક્રિયા જતા અને આવતાં કરવી પડેલી. દીવના દરિયામાંથી અજાહરા પાર્શ્વનાથની પ્રતિમા પ્રગટ થઈ હતી. તે સમયે અજયપાલ રાજાનું રાજ્ય હતું. તેમણે અજયપુર નગર વસાવ્યું હતું અને તેઓ નિરોગી પણ અહીં જ થયા હતાં. તેથી આ તીર્થ અજાહરા પાર્શ્વનાથ તરીકે પ્રસિદ્ધ છે. આ દેરાસરમાં અમારા ગ્રુપ તરફથી 108 પાર્શ્વનાથ મહાપૂજન ભણાવામાં આવ્યું હતું. બધાએ ખૂબ ભાવથી ભાગ લીધો હતો. પૂજા ભણાવાવાળાઓના રાગમાં વાતાવરણ એટલું ભક્તિમય થઈ ગયું હતું કે સમય ક્યાં જતો રહ્યો

એની ખબર પણ પડી નહીં. વાતાવરણમાંથી જાણે એમના આશીર્વાદ મળતા હોય એમ અનુભવ્યું હતું. પછી પૂજાના કપડાં બદલી ભોજનશાળામાં બપોરનું ભોજન લઈ અમે શાહબાગની મુલાકાતે ગયા હતા. સમ્રાટ અકબરના પ્રતિબોધક પરમ પૂજ્ય આચાર્ય શ્રી હિરવિજયસૂરિ તેમની અંતિમ અવસ્થામાં ઊનના શહેરમાં પધાર્યા હતા અને વિ.સ. 1651/52ના વર્ષના ચાતુર્માસ કર્યા હતા. અહીંયાં જ એમને કાળધર્મ થયો હતો. તેમના અગ્નિસંસ્કાર ઊનાની નજિક આંબાવાડીમાં કરવામાં આવ્યા હતા તે વિસ્તાર આજે શાહબાગ તરીકે ઓળખાય છે.

ત્યાં તેમનું સમાધિ સ્થળ છે. વખતો વખત અહીંયાં ગુરુ ભગવંતો સમાધિ પામતા રહ્યાં છે. આજે કુલ બાર દેરીઓ ત્યાં છે. આ દેરીઓ કાળક્રમે જીર્ણ થઈ ગઈ હતી પરંતુ પૂજ્ય આચાર્ય ભગવંત શ્રી શીલચંદ્રસૂરિશ્વરજીની પ્રેરણાથી તેનો જીણોદ્ધાર કરવામાં આવ્યો છે. સુંદર અને શાંત સ્થળ હતું. આચાર્યોની સમાધિઓના દર્શન કરીને અમે, શાહબાગથી નીકળીને નજિકમાં આવેલી પાંજરાપોળની મુલાકાત લીધી હતી. જૈના સંસ્થાના પ્રમુખશ્રી પુનિલભાઈ શાહ અહીં ચાલતી ગૌસેવાની પ્રવૃત્તિમાં જોડાયેલા છે. ત્યાંના ટ્રસ્ટીઓએ અને ત્યાં રહેતી ગ્રામીણ બાળાઓએ અમારું સ્વાગત કર્યું હતું. પુનિલભાઈએ ચેક અને

આવનાર પ્રવાસીઓએ યથાશક્તિ પૈસા નોંધાવ્યા હતા. સ્વચ્છ અને ત્યાં ફરવું ગમે તેવું વાતાવરણ હતું. સંસ્થાના મકાનમાં જ થોડો સમય વીતાવીને રિસોર્ટ પર પાછા ફર્યા હતા.

તા. 25-1-2018

આજે સવારે નવલખા પાર્શ્વનાથના દેરાસર જવાનું હતું. દીવમાં આવેલું આ તીર્થ અતિ પ્રાચીન મનાય છે. બૃહદ્ કલ્પસૂત્રમાં પણ આ તીર્થનો ઉલ્લેખ છે. પૂર્વ કાળમાં પ્રભુનો મુગટ, હાર અને આંગી નવલાખની બનાવવામાં આવી હતી અને નવલખો સંઘ પૂજા કરતો હતો એટલે સંભવત : આ તીર્થ નવલખા પાર્શ્વનાથ તરીકે ઓળખાય છે.

જગ્યા પ્રાચીન હતી. સાંકડી જગ્યામાંથી અંદર જઈએ એટલે મૂળનાયક પાર્શ્વનાથ ભગવાનની અનુપમ પ્રતિમાજીના દર્શન થાય. બીજા પણ ઘણાં પ્રતિમાજીઓ બિરાજમાન હતા. ઘણું વિશાળ દેરાસર હતું. ત્યાં સેવા-પૂજા ચૈત્યવંદના કર્યા હતા.

અડધો દિવસ ત્યાં જ પસાર થઈ ગયો હતો. સાંજે સાઈટ-સીઈંગનો પ્રોગ્રામ હતો. પણ અમે ગયા નહોતા. બસમાં જ એક મોટો રાઉન્ડ મારી હતો. દરિયાકાંઠો, નાળિયેરીના વૃક્ષોની હારમાળા, ક્યાંક નાનકડાં જંગલ જેટલા વૃક્ષોનો સમુહ, ક્યાંક નાના નાના ઝુંપડા જેવા રહેઠાણો, જતી-આવતી માનવ મેદની જોવાની મજા આવી હતી. રિસોર્ટ પર આવ્યાં પછી થોડો ફાજલ સમય હતો. બધા દરિયા કિનારે ગયા હતા. અમારા રિસોર્ટમાંથી નીકળીને રસ્તો ઓળંગીએ એટલે દરિયા કિનારો આવી જાય. હું તો જો કે રિસોર્ટના પ્રાંગણમાં બેઠી હતી. સુસવાટાબંધ પવન અને ઉછળતા દરિયાના તરંગો મનને સ્પર્શીને છૂ થઈ જતા હતા. સાંજે જમીને રિસોર્ટની અંદર આવેલા ચોકમાં ગોળાકાર ખુરશીઓ મૂકીને બધા ભેગા મળ્યા હતા. બધાને પોતાનું નામ અને યાત્રા દરમિયાન થયેલો અનુભવ બે મિનિટમાં કહેવાના હતા. બધા જ સરસ બોલેલા પણ અમદાવાદથી આવેલા વિદૃષી વડીલ અનિલાબેન ખૂબ સુંદર બોલેલા એવી ખાસ ડાયરીમાં મેં નોંધ મૂકી છે.

તા. 26-1-2018

દીવથી નીકળીને અમે પહેલાં મહુવા તીર્થ ગયા હતા. નાળિયેરીના વૃક્ષોની હરિયાળીની ગોદમાં આવેલું છે. મહુવા તીર્થ પ્રાચીન તીર્થ છે અને શત્રુંજય પંચતીર્થમાંનું એક તીર્થ ગણાય છે. દેરાસર પણ ઘણું પ્રાચીન છે. દેરાસરમાં બિરાજમાન શ્રી મહાવીર સ્વામી ભગવાનની શ્વેત વર્ણની પદ્માસનસ્થ પ્રતિમા છે જેને જીવિત સ્વામી કહેવામાં આવે છે. પ્રભુજીની હયાતીમાં જે પ્રતિમાજીનું નિર્માણ થાય તેને જીવિત સ્વામી કહેવામાં આવે છે. અમે ત્યાં દર્શન અને ચૈત્યવંદન કર્યું હતું. આ તીર્થની બીજી વિશિષ્ટતા એ છે કે શાસનસમ્રાટ શ્રી નેમિસૂરીશ્વરજીનું જન્મ સ્થળ અને કાળધર્મ પામ્યાં એ સ્થળ આ મહુવા ગામ છે. નેમિસૂરીશ્વરજી જન્મ સ્થળે રચાયેલું શ્રી નેમિવિહાર નામનું ભવ્ય જિનાલય આજનું યાત્રાધામ બની રહ્યું છે. ત્યાંથી તળાજા તીર્થ ગયા હતા. આ તીર્થનું મૂળ નામ તો તાલધ્વજગિરિ છે અને શત્રુંજયની પંચતીર્થમાં આ તીર્થનો પણ સમાવેશ થાય છે. તળાજામાં નાની ટેકરી છે અને ઉપરની ટોચે સુમતિનાથ ભગવાનનું બાવન જિનાલય યુક્ત વિશાળ જિન મંદિર છે. પ્રાચીન સુમતિનાથ ભગવાન અહીંની જગ્યામાંથી જ ખોદકામ કરતાં પ્રાપ્ત થયા હતાં. ખૂબ જ પ્રભાવશાળી પ્રભુજી છે. પદ્માસનસ્થ મૂળનાયક સાચાદેવ સુમતિનાથ પ્રભુની અત્યંત તેજસ્વી આ પ્રતિમા સંપ્રતિ મહારાજાના સમયની છે. આ પ્રતિમા વિ.સં.

1872માં આ જ ગામની જમીનમાંથી પ્રગટ થયાની ગામમાં ફેલાયેલો રોગચાળો બંધ થયો હતો. તે સમયથી લોકો તેમને સાચા સુમતિનાથ તરીકે માને છે. મારી ગિરિરાજ ઉપર જવાની હિંમત ચાલી નહીં. નીચેથી જ ભાવ દર્શન કરીને બેઠી હતી ત્યારે અમારા ગ્રુપના વડીલ મેમ્બર શ્રી દિલીપભાઈ આવ્યા. તેમણે કહ્યું કે, ગામમાં શાંતિનાથ ભગવાનનું એક સુંદર પ્રાચીન દેરાસર છે ત્યાં રિક્ષામાં તેઓ દર્શન કરવા જાય છે. હું તો તરત તૈયાર થઈ ગઈ અને તેમની સાથે દર્શન કરવા ગઈ હતી. ખૂબ સુંદર દેરાસર હતું. શાંતિનાથપ્રભુનું મુખ જોઈને ઉપર ના જઈ શકવાનો અફસોસ ગાયબ થઈ ગયો હતો અને મન શાંત થઈ ગયું હતું. ત્યાંથી પાછા આવીને બધા નીચે આવી ગયા પછી ગામથી થોડે દૂર મોટા ચોગાનમાં મોટો સાંસ્કૃતિક હોલ જેવું હતું ત્યાં ગયા હતા. રસોઈ ત્યાં કરાવી હતી. ત્યાં જમીને પાલીતાણા જવા નીકળ્યા હતા. રાત્રે દસ વાગ્યે આગમ મંદિરની ધર્મશાળામાં પહોંચ્યા હતા. પાલીતાણા એટલે મારું ધામ... મારી અનન્ય પ્રીતિ...

તા. 27-1-2018

સવારે આંખ પાલીતાણામાં ઊઘડી. આનંદ અને ભક્તિથી મન તરબોળ થઈ ગયું. સવારે આગમ મંદિરમાં દર્શન કરીને વિરાયતન સ્કૂલની મુલાકાતે ગયા હતા. બિહારમાં રાજગૃહી ખાતે આવેલી વિરાયતન સંસ્થા દ્વારા અહીં ૧૫ એકર જમીનના વિશાળ સંકુલમાં અત્યાનુધિક સ્કૂલ અને વોકેશનલ ટ્રેઇનીંગ સેન્ટરનો પ્રોજેક્ટ છે. પાલીતાણા તીર્થની આસપાસ રહેતા ગ્રામીણ કુટુંબોના બાળકો અને યુવાનો પગભર થાય તે હેતુથી આયોજન કરવામાં આવ્યું છે. સ્કૂલ તો ચાલુ થઈ ગઈ છે. બાળકોને કપડાં, ચોપડાં અને ભોજન ત્યાંથી જ પુરુ પાડવામાં આવે છે. કેટલો ઉમદા વિચાર! સ્વચ્છ અને સુધડ બાળકોને જોઈને વિશ્વબંધુની ભાવના સપાટી પર આવી ગઈ. ત્યાંથી અમે શત્રુંજય ડેમ તીર્થ પર ગયા હતા. અહીં સહસ્રફેણા પાર્શ્વનાથનું સુંદર જિનાલય છે. આદેશ્વર ભગવાન પણ બિરાજમાન છે. ઉપરાંત પદ્માવતી તથા અંબિકાદેવીની પ્રભાવક મૂર્તિઓની સ્થાપના કરેલી છે. અહીં દર્શન કરી ડેમ પર ચાલતા ગયા હતા. વાતાવરણ આહલાદક હતું. ડેમ છલકાતો હતો તડકાનું વર્ચસ્વ હતું અને ઠંડો પવન પણ સાથ પુરાવતો હતો. મારાથી તો પાછું બહુ ચલાય નહિ છતાંય ઘણું ચાલી હતી. ત્યાંથી પાછા વળ્યા હતા.

બપોરે કદમ્બગિરિ ગયા હતા. ગઈ ચોવીસીના બીજા તીર્થંકરના શ્રી કદમ્બ ગણધર એક કરોડ મુનિ ભગવંતો સાથે આ પહાડ પરથી મોક્ષે ગયા હતા એટલે

આ પહાડ કદમ્બગિરિ તરીકે ઓળખાય છે. અતિ સુંદર દેરાસરોનું સંકુલ વિશાળ જગ્યામાં પથરાયેલું છે. છૂટાં છૂટાં દેરાસરો હતા. પ્રવેશદ્વાર પર બે હાથીઓ સહિત મૂળનાયક મહાવીરસ્વામીનું ભવ્ય દેરાસર હતું અને બાજુમાં ઉપર નેમીનાથ ભગવાનનું દેરાસર હતું. સૌથી ઉપર ટોચે ઋષભદેવ ભગવાન તેમજ કદમ્બ ગણધરના પગલાં આવેલા છે. દર્શન કરવા ચઢ ઉતર પણ કરવી પડે. મન તૃપ્ત થઈ જાય તેવું પવિત્ર વાતાવરણ હતું. હું તો થાકીને લોટપોટ થઈ ગઈ હતી. બહાર આવ્યા ત્યારે શેરડીનો ઠંડો અને મીઠો રસ તૈયાર હતો અને અમૃત કરતાં પણ મીઠો લાગેલો.

28-1-18

આજે સવારે વહેલા હસ્તગીરી જવાનું હતું. ત્યાં 99 પ્રકારની પૂજાનું આયોજન કરવામાં આવ્યું હતું. હું ગઈ નહોતી. પહેલી વાત કે હું બે ત્રણ વાર જઈ આવી છું. છેલ્લી વાર ગઈ ત્યારે દેરાસરના પરિસર સુધી જતી ગાડીઓનો રસ્તો બંધ કરી દેવામાં આવ્યો છે અને જ્યાંથી જવાનું છે ત્યાં ખૂબ પગથિયાં ચઢવાના છે. મારાથી કોઈપણ હિસાબે ચઢાય નહીં એટલે મેં આ નિર્ણય લીધો હતો. બધા ગયા એટલે તળેટીમાં જઈને શાંતિથી દર્શન, ચૈત્યવંદન અને નવકારવાળી ગણવામાં સમય પસાર કર્યો હતો. હું જ્યારે પણ પાલીતાણા આવું ત્યારે અમારા કુટુંબના ટ્રસ્ટનો બંગલો છે. નજીકમાં જ કહેવાય. અમે ત્યાં જ ઉતરતા હોઈએ છીએ. ત્યાંના સ્ટાફ સાથે મમતા બંધાઈ ગઈ છે. તળેટીથી આવીને મંજુબેનને ફોન કર્યો તો તેમણે કહ્યું કે, શ્રેયાંગભાઈ આવ્યા છે. શ્રેયાંગ આગમ મંદિર આવીને લઈ ગયો હતો. એમની સાથે જ જમી હતી. ભાવના, એમની દીકરી દીતી, જમાઈ ગૌરાંગભાઈ અને નાનકડી હીતીને મળીને મન ખુશ થઈ ગયું હતું. થોડા દિવસથી યાત્રાએ જઈએ અને અચાનક કુટુંબની વ્યક્તિ મળી જાય એટલે જાણે ગોળનું ગાડું મળ્યું. મંજુબેન અને શિલ્પા પણ મળીને ખુશ થઈ ગયા હતા. દિવસ શાંતિથી પસાર થઈ ગયો હતો. સાંજે બધા આવ્યાં એ લોકો પણ ખુશ હતા. એમણે સરસ યાત્રા અને પૂજન થયું હતું. રાત્રે આગમ મંદિરમાં ભાવના અને સંગીત રાખ્યા હતા.

તા. ૨૯-1-2018

આજે ગીરીરાજની યાત્રા કરવાની હતી. ખૂબ જ સુંદર રીતે સંપન્ન થયું હતું. પાલીતાણાની યાત્રા વિશે એક સ્વતંત્ર લેખ હોવાથી અહીંયા વધારે લખતી નથી

પણ આજે ય સેવા-પૂજા, ચૈત્યવંદના-ત્રણ ભમતીનું મહત્ત્વ છે તે બધું જ કરેલું. મન એકદમ શાંત હતું. બે મોટી યાત્રા કરીને પરમ સંતોષ અનુભવ્યો હતો. શત્રુંજયની તો થતી હોય છે પણ ગિરનારની પહેલીવાર અને કદાચ તો છેલ્લી વાર પણ ભાવસભર કે જે ક્યારે હૈયામાંથી વિસ્મૃત થવાની નહોતી તે આજે સંપન્ન થઈ હતી.

તા. 30-1-2018

આજે સવારે નવકારસી કરીને અમદાવાદ તરફ પ્રયાણ કરવાનું હતું. ઘર યાદ આવી ગયું હતું. ઘરતીનો છેડો ઘર... અમારો પ્લાન પહેલાં ઘેટીની પાગ અને પછી રસ્તામાં તગડી દેરાસર થઈને અમદાવાદ જવાનો હતો. પણ પાછળથી ફેરવાયો હતો. અમે પહેલાં સોનગઢ જવાનું નક્કી કર્યું. અમારી સાથે થોડા જણ દિગંબર હતા. અને સોનગઢમાં વિશાળ પાયા પર દિગંબર સંકુલ તૈયાર થઈ રહ્યું હતું; ત્યાં ગયા હતા. ત્યાં કામ હજુ ચાલતું હતું. પણ પ્રથમ તીર્થંકર ઋષભદેવ ભગવાનના પુત્ર શ્રી બાહુબલીજીના વિરાટ પ્રતિમાજી તૈયાર હતા. એક સ્વાધ્યાય મંદિરમાં બેનમુન જિન બિંબો પધરાવેલા હતા. જૈન દર્શનના અનેક શાસ્ત્રોનો અભ્યાસ કર્યા પછી પૂ. કાનજી સ્વામી સોનગઢ જેવા નાના ગામમાં આવ્યાં અને પોતાની સાધનાભૂમિ બનાવી લુપ્ત થઈ રહેલા દિગંબર ધર્મના સત્ય સિધ્ધાંતોને પ્રગટ, પ્રકાશિત અને પ્રસારિત કર્યા. તેમની સ્મૃતિમાં તૈયાર થઈ રહેલા આ સંકુલની મુલાકાત લઈને ધન્યતા અનુભવી. ત્યાંથી નીકળીને અયોધ્યાપુરમ તીર્થમાં ગયા. દર્શન કર્યા, નીચે નાનકડાં નવકારમંત્ર મંદિરમાં નવકાર ગણ્યા અને ત્યાંજમીને નીકળી ગયા તો સાંજે પાલીતાણા-બગોદરા હાઈવે પર આવેલા વટવા પાસે આવેલ રાજગૃહી દેરાસર પહોંચ્યાં હતા. વિશાળ સંકુલ હતું. દેરાસર બંધાતું હતું પણ અંજનશલાકા થઈ ગયા હતા. અહીં મૂળનાયક પ્રભુ શ્રી મુનિસુવ્રતસ્વામી છે. નીચે રૂમો સરસ તૈયાર થઈ ગયા હતા. દર્શન કરીને એક હોલ જેવા મોટા રૂમમાં અમે બધા જ ભેગા થયા હતા. ત્યાં શ્રી પુલિનભાઈ અને શ્રી દિલીપભાઈએ નાનકડું વક્તવ્ય આપ્યું હતું અને ટ્રરવાળા ભાઈ તેમજ તેમના સ્ટાફનું બહુમાન કર્યું હતું. બધા જ બહુ ખુશ થયા હતા. ત્યાં જ ચૌવિહાર કરીને રાત્રે સાડા નવ વાગ્યે હઠીભાઈની વાડીએ પાછા આવ્યા હતા. લાલાભાઈ અમને લેવા આવ્યા હતા. બધાનો આભાર માનીને અમે ઘેર આવવા નીકળી ગયા હતા. આમ, ધાર્મિક અનુષ્ઠાનો સાથેની યાત્રા સુખરૂપ સમાપ્ત થઈ હતી.

6
પરિચય

હું સ્મિતા પિનાકીન શાહ. અમદાવાદમાં રહું છું. 22માં વર્ષે બી.એ. 60માં વર્ષે એમ.એ. ઉપરાંત નાના નાના સર્ટિફિકેટ કોસીંસ કર્યા છે. નવું નવું શીખવાનો ઘણો શોખ છે. આજીવન વિદ્યાથી બની રહેવાની ઇચ્છ. મારા કુલ સાત પુસ્તકો પ્રકાશિત થયા છે.

(1) સંવેદના અને સ્મિત. (2)સંસાર કાસાર (3) ઉપમિતિ ભવપ્રપંચા કથા (જૈન) સંક્ષિપ્તઃબે આવૃત્તિ (5) એકવીસ ભવનો સ્નેહ સંબંધ (જૈન) સંક્ષિપ્ત (6) પર્યુષણ મહાત્મ્ય (જૈન) સંક્ષિપ્ત. ઉપરના ત્રણે ય જૈન પુસ્તકો જૈના ઈન્ટરનેશનલ ઓનલાઈન લાયબ્રેરીમાં ઉપલબ્ધ છે. ઉપરાંત You can Heal

Your Life by Louise Hayનો સંક્ષિપ્ત સારાનુવાદ મનોપચાર નામે વિચારવલોણું સામાયિક દ્વારા 2012 ઓગસ્ટ મહિનામાં પ્રકાશિત. Your Mind Your Best Friend, 30 lectures by Swami Shudhhanandનો સંપૂર્ણ ભાવાનુવાદ. પ્રકાશકઃ ભોગીભાઈ પટેલ. તદ્પરાંત જૈન વિશ્વકોશમાં 31 અધિકરણો લખ્યા છે. ત્રણ જૈન જ્ઞાનસત્રમાં ત્રણ શોધ નિબંધો રજૂ કર્યા છે જે પુસ્તકોમાં ઉપલબ્ધ છે. વિવિધ છાપાઓમાં, અખંડ આનંદ, વિચારવલોણું, લેખિની, વિશ્ચા વગેરે મેગેઝીનોમાં નિબંધ તથા વાર્તાઓ પ્રકાશિત થયા છે. 2019માં કર્મા ફાઉન્ડેશન દ્વારા આયોજિત 60 વર્ષ ઉપરના ભાઈ-બહેનો માટે યોજેલ નિબંધ સ્પર્ધામાં મારો નિબંધ વિજેતા. વિશ્ચામાં યોજાયેલ વાર્તા સ્પર્ધામાં મારા વાર્તા સ્મૃતિશેષ બીજા ક્રમે.